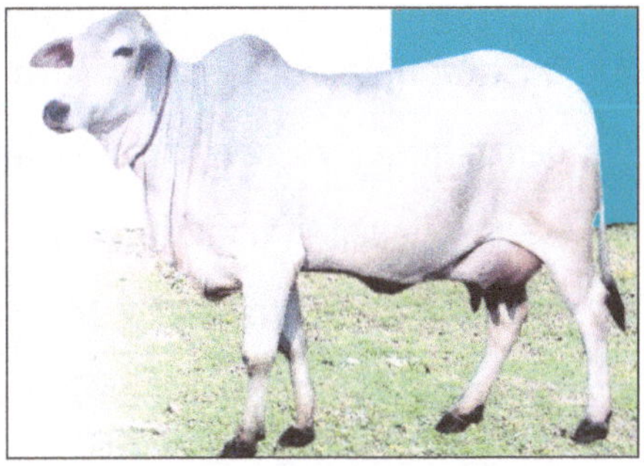

वर्ष :

माझ्या गायींची / म्हशींची नोंदवही

(प्रक्षेत्रावरील (गायी / म्हशी)
संख्या - ३० पर्यंत असेल अशा फार्मवर १ वर्षासाठी वापरता येईल)

लेखक
डॉ. तेजस चंद्रकांत शेंडे

सकाळ प्रकाशन

अनुक्रमणिका

नोंदवहीचे महत्व

- जर दूध, शेळी किंवा अन्य कुठलाही पशुपालन विषयक धंदा फायद्यात चालवायचा असेल तर त्या व्यवसायात नोंदवहीला अनन्यसाधारण महत्व आहे.
- नोंदी जर ठेवल्या तर आपल्या व्यवसायात आपण कुठे चुकतोय व त्यावर उपाय काय हे आपण सांगू शकतो
- पण या चुका न कळल्यामुळे आपणाला गोठा बंद करण्याशिवाय कोणताही पर्याय राहत नाही.
- आपण आपल्याकडील जवळपास ८० ते ९० % शेतकऱ्यांकडे आपल्या पशुपालन व्यवसायातील कुठल्याही नोंदी नाहीत.
- आपल्या चुकांचे खापर त्या व्यवसायावर फोडतो व हा धंदा फायद्याचा नाही म्हणून आपण तो बंद करतो.
- जर आपल्याकडे जनावरांच्या आयुष्यातील वेगवेगळ्या नोंदी असतील तर आपण ते जनावर आपल्याकडे ठेवायचे का विकून टाकायचे हे ठरऊ शकतो किंवा आवश्यक निर्णय घेऊ शकतो.
- त्यामुळे या नोंदवहीचे महत्व आहे व दुग्ध व्यवसायात खालीलप्रमाणे काही महत्वाच्या नोंदी ठेवणे अतिशय आवश्यक आहे व त्या नोंदीचा व्यावसायिक दृष्टीकोणातून उपयोग खाली दिलेला आहे.

अ. न.	नोंदीचा विषय	महत्वाच्या नोंदी	या नोंदीचा व्यावसायिक दृष्टीकोणातून उपयोग
१	गायीच्या / म्हशीच्या / मुख्य नोंदी	यामध्ये आपण प्रक्षेत्राचे / फार्मचे नाव, एकूण जनावरांची संख्या, मालकाचे नाव, संपूर्ण पत्ता, फार्म सुरू केल्याची तारीख, प्रजात, जात, गायी पालनाचा उद्देश, फार्मची एकूण जमीनधारणा, नोंदीचे वर्ष इ. नोंदी ठेवतो	या नोंदी ठेवल्यामुळे आपल्याला प्रक्षेत्राबद्दलची प्रस्तावना व मूळ उद्देश एका नजरेत कळतो
२	वैयक्तिक गायीचा / म्हशीचा / तपशिल	यामध्ये आपल्याला प्रत्येक गायीची / म्हशीची जन्मतारीख, विकत घेतलेली तारीख, कळपापासून किती दिवस वेगळी ठेवली, शेडमध्ये एकत्र सोडल्याची तारीख, लिंग, जात , वडिलांचा ओळख नोंदणी क्रमांक / नाव , आईचा ओळख नोंदणी क्रमांक / नाव, पाळण्याचा उद्देश, जन्मताचे वजन ,विमा नोंदणी नंबर, वयात येण्याचे वय, पहिल्यांदा गाभ घालविल्याची तारीख, मृत्युची तारीख कळपातून काढून टाकण्याचे तारीख व कारण इ. नोंदी ठेवतो	जर आपल्याला एका गायीची किंवा ३ -४ गायीबद्दलची वरील गोष्टीबद्दलची माहिती वर्षानुवर्षे लक्षात ठेवणे कठीण जाते व मग उत्पादन वाढीसाठी आवश्यक निर्णय घेता येत नाहीत व जर या गोष्टींच्या नोंदी ठेवल्या तर आपणाला जनावरांची अनुवंशिकता, वजन, शारीरिक वाढ, उत्पादन वाढ व गायींच्या / म्हशीच्या समस्यांबद्दल योग्य ती कार्यवाही करता येते व आपणाला आपल्या फार्म वर एकूण किती जनावरे आहेत व त्यामधे नर माद्या यांची योग्य माहिती समजते.
३	प्रजननाविषयी नोंदीचा तपशील	यामध्ये आपल्याला प्रत्येक गायीच्या / म्हशीच्या वेत क्रमांक, मागची विण्याची तारीख, माज केलेल्याची तारीख, वळू दाखविला /कृत्रिम रेतन, वळूची जात व टक्केवारी, वळूचा नोंदणी क्रमांक, कृत्रिम रेतन करणारी व्यक्तीचा तपशील, गर्भधारणा निदान तारीख १, गर्भधारणा निदान व परिणाम तारीख, विलेल्याची तारीख, विल्यानंतरच्या पहिल्या माजाची तारीख, विल्यानंतरच्या ज्या माजाला गाभ राहिली त्या माजाची तारीख, एका गर्भधारणेसाठी किती वेळा कृत्रिम रेतन / वळू दाखविला इ. नोंदी ठेवतो	यामधून आपणाला गायीमधील / म्हशीमधील प्रजजन विषयक अडथळे जसे कि गाय किती दिवस गाभण राहत नाही, एकदा गाभण रहायला किती माज लागतात, एका गर्भधारणेसाठी किती वेळा कृत्रिम रेतन करावे लागते, कोणता नर चांगला आहे व इ. गोष्टी त्यामध्ये असणाऱ्या अडचणी व त्यावर कोणत्या आवश्यक उपचारांची गरज आहे याबद्दल निर्णय घेता येतात
४	विण्याच्या नोंदीचा तपशील	यामध्ये आपण वेत क्रमांक, वळूचा ओळख नोंदणी क्रमांक, वळू दाखविला / कृत्रिम रेतनाची तारीख, अपेक्षित विण्याची तारीख, वास्तविक विल्याची तारीख, गर्भावस्थेचा काळ, वासराचा ओळख नोंदणी क्रमांक, जन्मलेल्या वासराचे लिंग, विण्यामध्ये काही अडथळा आला होता का व असल्यास कोणता ?? इ. नोंदी ठेवता	यामधून आपणाला गायीमधील / म्हशीमधील दोन वेतामधील अंतर जास्त होत असेल तर ते कमी करण्यासाठी प्रयत्न करता येतात, कुठला वळू चांगला आहे, माद्या कितीवेळा मिळतात, एखादी गाय पुन्हा पुन्हा गाभडते का व इ. गोष्टीबद्दल माहिती मिळते व याबद्दल आवश्यक निर्णय घेता येतात

५	दररोजच्या दुग्धोत्पादनाच्या नोंदीचा तपशील	यामध्ये आपण प्रत्येक गायीपासून / म्हशीपासून सकाळचे दूध, संध्याकाळचे दूध, डेअरीला घातलेले एकूण दूध, एकूण फ्याट %, एकूण एस.एन.एफ. %, मिळालेला रेट, एकूण मिळालेली रक्कम, महिन्याची दुधाची सरासरी, महिन्याची फ्याट सरासरी, महिन्याची एस.एन. फ. सरासरी इ. नोंदी ठेवतो.	आपल्याला यापासून गायीच्या / म्हैशीच्या दुग्धोत्पाद्नाच्या व त्यापासून मिळणाऱ्या गोष्टींचा तपशील मिळतो व आहे त्या संखेत वाढीव दुग्धोत्पादनासाठी आवश्यक निर्णय घेता येतात.
६	उपचाराविषयीच्या नोंदी	यामध्ये आपण उपचार विषयक नोंदी जसे कि दिनांक, लक्षणे, औषधाचे नाव, औषधाचा प्रकार, डॉक्टरचे नाव व उपचारावरील खर्च इ. नोंदी ठेवतो.	आपल्याला यापासून गाय / म्हैस किती वेळा आजारी पडते, काय लक्षणे असतात व उपचारावर खर्च किती होतो मग गायीचे / म्हैशीचे आरोग्य कसे आहे व ती फायदेशीर आहे का हे कळते व तिला गोठ्यावरून काढून टाकण्याबद्दलचे निर्णय घेता येतात.
७	लसीकरण विषयक नोंदी	यामध्ये आपल्याला गायीला / म्हशीला दिलेल्या लसीचे नाव, लसीच्या रोगाचे नाव, लसीचा दिनांक, ब्याच नंबर, देण्याचा मार्ग, डोस, अंतिम वापराची तारीख, पुढच्या डोसची तारीख, लसीची किंमत, लस कोणी दिली, लसीचे नाव इ. नोंदी ठेवतो.	अतिशय भयानक रोगांवरील लसी कोणत्या व त्यांच्या तारखा व पुढचा डोस कधी द्यायचा आहे व लसीकरणावर किती खर्च होतो अश्या महत्वाच्या गोष्टी समजतात.
८	जंतनिर्मुलन विषयक नोंदी	यामध्ये आपल्याला गायीला / म्हशीला दिलेली जंतनाशके, बाह्यकृमी / अंतकृमी, जंतनाशकाच्या रोगाचे नाव, जंतनाशकाचा वापराचा दिनांक, ब्याच नंबर, देण्याचा मार्ग, डोस, जंतनाशक देण्याची पुढची तारीख, वापराची अंतिम तारीख, जंतनाशकाची किंमत, जंतनाशक कोणी दिली इ. नोंदी ठेवतो.	गायीला / म्हशीला कुठली जंतनाशके कधी दिली व त्यांचा उपयोग कसा झाला हे कळते तसेच कुठले जंतनाशक दिल्यावर बाह्यकृमी / अंतकृमी यांचा प्रभाव कमी होतो व जंतनिर्मुलनावर किती खर्च होतो हे कळते.
९	रोगांच्या चाचाण्याविषयी -च्या नोंदी	यामध्ये आपण विशिष्ठ रोगांच्या चाचण्या करतो जसे कि दिनांक, रोगाचे नाव ,चाचणीचे नाव, प्रयोगशाळेचे नाव, अंतिम निरीक्षण, डॉक्टरचे नाव, चाचणीचा निकाल, केलेला उपाय इ. नोंदी ठेवतो.	एखाद्या रोगाचे निदान करण्यासाठी कोणती चाचणी केली व काय निदान झाले व काय उपचार केले हे समजते.
१०	वजन विषयक नोंदी	यामध्ये आपण गायींची / म्हशीची जन्मतारीख, जन्मताचे वजन वजनाचा दिनांक, वजन किलोग्राम, वजनामधील वाढ, इ. नोंदी ठेवतो.	यामुळे आपणाला जनावरांची वाढ वयानुसार व्यवस्थित होत आहे कि नाही हे कळते.
११	गायीची दर महिन्याची शारीरिक स्थिती	यामध्ये आपण प्रत्येक गायीची / म्हशीची दर वर्षातील दर महिन्याची शारीरिक स्थिती जसे कि गाय किती महिन्याची गाभण, भाकड व किती महिन्याची गाभण, किती महिन्याची दुभती, भाकड, दुभती पण किती महिन्याची गाभण, ६ महिन्यापर्यंतचे वासरू, ६ ते २४ महिन्याचे वासरू / गाय, पहिल्यांदा गाभण, इ. नोंदी ठेवतो.	यामुळे आपणाला गाय / म्हैस कुठल्या महिन्यात कोणत्या शारीरिक स्थितीत आहे हे समजते व त्यामुळे व्यवस्थापन व कोणती पोषण मुल्ये कधी द्यायला पाहिजेत हे समजते.
१२	पोषण विषयीच्या नोंदी	यामध्ये आपण प्रत्येक गायीला / म्हशीला दर वर्षातील दर महिन्याची शारीरिक स्थितीनुसार किती ओला चारा (किलो), वाळलेला चारा (किलो), खुराक (किलो), खनिजमिश्रण (ग्राम) देत आहोत याचा लेखाझोका इ. नोंदी ठेवतो.	फार्म मध्ये चारा या एका गोष्टीवर जवळपास ६५ ते ७० % खर्च येतो व तो आपला बराच वाया जातो या मुळे आपणाला ओला व वाळला चारा व्यवस्थापन, महिन्याला किती चाऱ्याची गरज आहे, खुराक व खनिजमिश्रण महिन्याला किती लागते हे कळते तसेच चाऱ्यासाठी किती खर्च होतो आहे हे कळते.
१३	औषध खरेदी नोंदी	यामध्ये आपण औषधाचे नाव, ब्याच नंबर, बिल नंबर, विक्रेत्याचा तपशील, पॅक, वापर संपण्याची, तारीख, खरेदीची तारीख, पॅक संख्या, दर, दरात सवलत, टक्केवारी ,एकूण रक्कम, या तारखेचा स्टॉक इ. नोंदी ठेवतो.	यामुळे आपल्याकडे कुठली औषधे आहेत व त्यांचा वापर कसा होत आहे व त्याचा उपयोग जनावरांमध्ये होतोय कि नाही हे कळते तसेच गरज असलेली व स्टॉकमधून संपत आलेली औषधे आपल्याला मागवता येतात आणि औषधोपचारावरील खर्च कळतो.

१४	वीर्य खरेदीच्या नोंदी	यामध्ये आपण विर्याचा तपशील (जात, क्केवारी), ब्याच नंबर, बिल नंबर, विक्रेत्याचा तपशील, पॅक, वापर संपण्याची तारीख, खरेदीची तारीख, पॅक संख्या, दर, दरात सवलत, एकूण रक्कम, या तारखेचा स्टॉक इ. नोंदी ठेवतो.	या मुळे आपल्याकडे कुठल्या जातीच्या वीर्याच्या स्टॉ आहेत व त्यांचा वापर कसा होत आहे व त्याचा उपयोग जनावरांमध्ये किती होतोय व कुठल्या %च्या स्टॉ जास्त वापरल्या जात हे कळते तसेच व गरज असलेली व स्टॉकमधून संपत आलेली स्टॉ आपल्याला मागवता येतात व कृत्रिम रेतानाला किती खर्च झाला हे कळते.
१५	गायीच्या / म्हशीच्या / म्हैशीच्या जमा खर्च विषयीच्या नोंदी	यामध्ये आपण तारीख, खर्चाची बाब, खर्चाचे कारण, एकूण रक्कम, रक्कम कुणाला दिली, तारीख, मिळकतीची बाब, कशापासून मिळकत झाली, एकूण रक्कम, रक्कम कुणाकडून मिळाली, इ. नोंदी ठेवतो.	यामुळे आपणाला फार्म वरील जमा व खर्च याचा दर महिन्याचा लेखाजोखा कळतो व जमा झालेला पैसा व खर्च झालेला पैसा याच्या नोंदी ठेवल्यामुळे या धंद्यामध्ये फायदा कि तोटा होते आहे हे समजते.
१६	कामगार विषयीच्या नोंदी	यामध्ये आपण कामगाराचे नाव, संपूर्ण पत्ता,मोबाईल नंबर, कामावर रुजू झाल्याची तारीख, दर, दिवसाचा पगार, पगाराची रक्कम, पगाराची तारीख, काम सोडल्याची तारीख, अतिरिक्त पैशाची रक्कम व तारीख इ. नोंदी ठेवतो.	यामुळे आपणाला कामगाराविषयी सर्व नोंदी कळतात व सध्याच्या कामगारामुळे फार्म वर सुधारणा झाल्या आहेत कि नाहीत ते कळते व कोणता कामगार सगळ्यात उत्तम आहे हे समजते व त्यांच्यावर आपण किती पैसे खर्च केले हे कळते.
१७	कामगाराचे हजेरीपत्रक	यामध्ये आपण फार्म वरील सर्व कामगारांच्या नोंदी जसे कि कामगाराची दर महिन्याची दर दिवसाची हजेरी ठेवतो इ. नोंदी ठेवतो.	यामुळे आपणाला कामगाराची दर महिन्याची हजेरी कळते व त्यांचा पगार करण्यास सोयीस्कर होते तसेच त्यादिवशी आपण पर्यायी व्यवस्था काय केली व फार्म वर काही गैरसोय झाली का हे कळते.
१८	विमा तपशील	यामध्ये आपण गायींच्या / म्हशीच्या विम्याबद्दलच्या जसे कि ओळख नोंदणी क्रमांक, टॅग क्रमांक, विमा पॉलिसी, विमा पॉलिसी काळ, पैसे भरल्याची तारीख, विमा रक्कम, कंपनीचे नाव आणि संपर्क तपशील, एजंट नाव आणि संपर्क तपशील इ. नोंदी ठेवतो.	यामुळे आपणाला विम्याच्या संदर्भात सर्व गोष्टी कळतात जसे कि विमा कुठल्या कंपनीचा केला, कधी केला, विमा पॉलिसी काळ, कधी संपते आहे व किती पैश्याचा प्रिमीयम आहे व कुठलिही गैरसोय झाली तर आवश्यक निर्णय घेता येतात.
१९	प्रक्षेत्रावरील स्थायी समान विषयक नोंदी	यामध्ये आपण फार्म वरील सर्व सामानाच्या नोंदी जसे कि सामानाचे नाव व नंबर, सामानाचे वर्णन व कंपनी, खरेदीची तारीख व बिलाचा नंबर, खरेदी किंमत व सध्याची किंमत, विक्रेत्याचे नाव व पत्ता व मोबाईल, विल्हेवाट लावल्याची तारीख व नंबर, वापरासाठी किती व कधी दिली, वस्तू किती तारखेला चेक केल्या, वस्तू चेक केल्यानंतरचा अहवाल, शिल्लक, अंदाजे किंमत, शेरा इ. नोंदी ठेवतो.	यामुळे आपणाला आपल्या फार्म वर कोणते सामान घेतले, कधी घेतले, कुठल्या कंपनीच घेतले, खरेदी किंमत, सध्याची किंमत त्या सामानाची सद्यस्थिती या अतिशय महत्वाच्या गोष्टी समजतात.
२०	गायीची / म्हशीची एकूण उत्पादन कामगिरी नोंदी	यामध्ये आपण गायींच्या सर्व उत्पादन, पुनरुत्पादन, वाढीविषयक इ. जसे कि गायीचे / म्हैशीचे उत्पादक जीवन, जीवनात एकूण वेत, सरासरी विल्यानंतर गाभ जाण्यासाठी लागणारे दिवस, सरासरी दूध न देण्याचा कालावधी, सरासरी दोन वेतांमधील अंतर, पहिल्या वेताचे वय, गर्भावस्था कालावधी, प्रत्येक गर्भधारणेसाठी लागणारी कृत्रिम रेतने / बैल दाखविला, सरासरी विल्यानंतर माजावर येण्यासाठी लागणारे दिवस, सरासरी दूध उत्पादन जीवन वेळ दूध उत्पन्न, सरासरी फ्याट टक्केवारी, सरासरी एस. एन. एफ. टक्केवारी, वर्षातून किती वेळा आजारी पडते, वयात आल्यानंतर वय, माज किती दिवसाला करते, माजाचा कालावधी, प्रथम गाभ घालावितानाचे वय, परिपक्वतेच्या वेळी वय, दूध उत्पादनाचा कालावधी, कृत्रिम रेतने / बैल दाखविल्यावर गर्भधारणा तपासणी, पैदास कार्यक्षमता इ. नोंदी ठेवतो.	या नोंदी ठेवल्यामुळे आपली गाय / म्हैशीचे सर्व उत्पादन, पुनरुत्पादन, वाढीविषयक इ.संदर्भ नोंदीनुसार उत्पादन देत आहे का याचा सर्व अंदाज येतो व गाय विकताना आपणाला आपल्या गायीला जास्त किंमत मिळवता येते.

- जर वरीलप्रमाणे सर्व नोंदी ठेवल्या तर जनावरांची संख्या न वाढवता उत्पादन वाढवता येऊ शकते.
- जर प्रत्येक गोष्टी नियंत्रनात ठेवल्या तर प्रत्येक जनावरांबद्दल वेळच्या वेळी योग्य निर्णय घेता येतात व फार्म ची व्यावसायिक दृष्टीकोणातून जडणघडण लक्षात घेता येते.
- मला जर विचारलं तर मी म्हणेन नोंदवहीशिवाय जनावरांमधील कुठलाही धंदा फायदेशीर होऊच शकत नाही.

गायी / म्हशीच्या मुख्य नोंदी:

प्रक्षेत्राचे / फार्मचे नाव	
एकूण गायी / म्हशींची संख्या	
मालकाचे नाव	
संपूर्ण पत्ता व मोबाईल नंबर:	
फार्म सुरु केल्याची तारीख	
प्रजात (गाई / म्हैस)	
जात	
गायी / म्हैस पालनाचा उद्देश	
फार्मची एकूण जमीनधारणा	
नोंदीचे वर्ष	
इतर	

वैयक्तिक गायीच्या / म्हशीच्या नोंदी:

अ.न.	गायीचा / म्हशीचा ओळख नोंदणी क्रमांक	जात	रंग	जन्मतारीख	जन्म:ताचे वजन	विकत घेतलेली तारीख व किंमत	विमा नोंदणी नंबर	वडिलांचा ओळख नोंदणी क्रमांक / नाव	आईचा ओळख नोंदणी क्रमांक / नाव
१									
२									
३									
४									
५									
६									
७									
८									
९									
१०									
११									
१२									
१३									
१४									
१५									
१६									
१७									
१८									
१९									
२०									
२१									
२२									
२३									
२४									
२५									
२६									

विकत घेतल्यानंतर इतर जनावरांपासून किती दिवस वेगळी ठेवली	शेडमध्ये जनाव-रांबरोबर एकत्र सोडल्याची तारीख	वयात येण्याचे वय/ पहिल्या माजाची तारीख	पहिल्यांदा गाभ घालविल्याची तारीख	मृत्युची तारीख / कळपातून काढून टाकल्याची तारीख व कारण	पाळण्याचा उद्देश

वैयक्तिक गायीच्या / म्हशीच्या नोंदीचा तपशील :

अ.न.	गायीचा / म्हशीचा ओळख नोंदणी क्रमांक	जात	रंग	जन्मतारीख	जन्म:ताचे वजन	विकत घेतलेली तारीख व किंमत	विमा नोंदणी नंबर	वडिलांचा ओळख नोंदणी क्रमांक / नाव	आईचा ओळख नोंदणी क्रमांक / नाव
२७									
२८									
२९									
३०									
३१									
३२									
३३									
३४									
३५									
३६									
३७									
३८									
३९									
४०									
४१									
४२									
४३									
४४									
४५									
४६									
४७									
४८									
४९									
५०									
५१									
५२									

विकत घेतल्यानंतर इतर जनावरांपासून किती दिवस वेगळी ठेवली	शेडमध्ये जनाव-रांबरोबर एकत्र सोडल्याची तारीख	वयात येण्याचे वय/ पहिल्या माजाची तारीख	पहिल्यांदा गाभ घालविल्याची तारीख	मृत्युची तारीख / कळपातून काढून टाकल्याची तारीख व कारण	पाळण्याचा उद्देश

पैदाशीच्या वळूविषयीच्या नोंदींचा तपशील :

अ.न.	वळूचा ओळख नोंदणी क्रमांक	जात	रंग	जन्मतारीख	जन्मताचे वजन	विकत घेतलेली तारीख व किंमत	विमा नोंदणी नंबर	वडिलांचा ओळख नोंदणी क्रमांक / नाव	आईचा ओळख नोंदणी क्रमांक / नाव
१									
२									
३									
४									
५									
६									
७									
८									
९									
१०									
११									
१२									
१३									
१४									
१५									
१६									

विकत घेतल्यानंतर इतर जनावरांपासून किती दिवस वेगळा ठेवला	वयात येण्याचे वय	पैदाशीसाठी पहिल्यांदा वापरलेली तारीख	पैदाशीसाठी किती दिवसाला वापरता	वळू एकदा दाखविण्यासाठी घेतलेली रक्कम	गायी / म्हशी गाभण राहण्याचे प्रमाण	मृत्युची तारीख / कळपातून काढून टाकण्याचे तारीख व कारण

प्रजननाविषयी नोंदीचा तपशील :

अ.न.	गायीचा/ म्हशीचा ओळख नोंदणी क्रमांक	वेत क्रमांक	मागची विण्याची तारीख	माज केलेल्याची तारीख	वळू दाखविला / कृत्रिम रेतन व तारीख	वळूची जात व टक्केवारी	वळूचा ओळख नोंदणी क्रमांक	कृत्रिम रेतन करणाऱ्या व्यक्तीचा तपशील
१								
२								
३								
४								
५								
६								
७								
८								
९								
१०								
११								
१२								
१३								
१४								
१५								
१६								
१७								
१८								
१९								
२०								
२१								
२२								
२३								
२४								
२५								

गर्भधारणा निदान तारीख १	गर्भधारणा निदान व परिणाम तारीख	विलेल्याची तारीख	विल्यानंतरच्या पहिल्या माजाची तारीख	विल्यानंतरच्या ज्या माजाला गाभ राहिली त्या माजाची तारीख	एका गर्भधारणेसाठी किती वेळा कृत्रिम रेतन / वळू दाखविला	वळू दाखविण्यासाठी / कृत्रिम रेतन करण्यासाठीच्या खर्चाची रक्कम

प्रजननाविषयी नोंदीचा तपशील :

अ.न.	गायीचा/ म्हशीचा ओळख नोंदणी क्रमांक	वेत क्रमांक	मागची विण्याची तारीख	माज केलेल्याची तारीख	वळू दाखविला / कृत्रिम रेतन व तारीख	वळूची जात व टक्केवारी	वळूचा ओळख नोंदणी क्रमांक	कृत्रिम रेतन करणाऱ्या व्यक्तीचा तपशील
२६								
२७								
२८								
२९								
३०								
३१								
३२								
३३								
३४								
३५								
३६								
३७								
३८								
३९								
४०								
४१								
४२								
४३								
४४								
४५								
४६								
४७								
४८								
४९								
५०								

गर्भधारणा निदान तारीख १	गर्भधारणा निदान व परिणाम तारीख	विलेल्याची तारीख	विल्यानंतरच्या पहिल्या माजाची तारीख	विल्यानंतरच्या ज्या माजाला गाभ राहिली त्या माजाची तारीख	एका गर्भधारणेसाठी किती वेळा कृत्रिम रेतन / वळू दाखविला	वळू दाखविण्यासाठी / कृत्रिम रेतन करण्यासाठीच्या खर्चाची रक्कम

प्रजननाविषयी नोंदीचा तपशील:

अ.न.	गायीचा/ म्हशीचा ओळख नोंदणी क्रमांक	वेत क्रमांक	मागची विण्याची तारीख	माज केलेल्याची तारीख	वळू दाखविला / कृत्रिम रेतन व तारीख	वळूची जात व टक्केवारी	वळूचा ओळख नोंदणी क्रमांक	कृत्रिम रेतन करणाऱ्या व्यक्तीचा तपशील
५१								
५२								
५३								
५४								
५५								
५६								
५७								
५८								
५९								
६०								
६१								
६२								
६३								
६४								
६५								
६६								
६७								
६८								
६९								
७०								
७१								
७२								
७३								
७४								
७५								

गर्भधारणा निदान तारीख १	गर्भधारणा निदान व परिणाम तारीख	विलेल्याची तारीख	विल्यानंतरच्या पहिल्या माजाची तारीख	विल्यानंतरच्या ज्या माजाला गाभ राहिली त्या माजाची तारीख	एका गर्भधारणेसाठी किती वेळा कृत्रिम रेतन / वळू दाखविला	वळू दाखविण्यासाठी / कृत्रिम रेतन करण्यासाठीच्या खर्चाची रक्कम

प्रजननाविषयी नोंदीचा तपशील :

अ.न.	गायीचा/ म्हशीचा ओळख नोंदणी क्रमांक	वेत क्रमांक	मागची विण्याची तारीख	माज केलेल्याची तारीख	वळू दाखविला / कृत्रिम रेतन व तारीख	वळूची जात व टक्केवारी	वळूचा ओळख नोंदणी क्रमांक	कृत्रिम रेतन करणाऱ्या व्यक्तीचा तपशील
७६								
७७								
७८								
७९								
८०								
८१								
८२								
८३								
८४								
८५								
८६								
८७								
८८								
८९								
९०								
९१								
९२								
९३								
९४								
९५								
९६								
९७								
९८								
९९								
१००								

गर्भधारणा निदान तारीख १	गर्भधारणा निदान व परिणाम तारीख	विलेल्याची तारीख	विल्यानंतरच्या पहिल्या माजाची तारीख	विल्यानंतरच्या ज्या माजाला गाभ राहिली त्या माजाची तारीख	एका गर्भधारणेसाठी किती वेळा कृत्रिम रेतन / वळू दाखविला	वळू दाखविण्यासाठी / कृत्रिम रेतन करण्यासाठीच्या खर्चाची रक्कम

विण्याच्या नोंदीचा तपशील :

अ.न.	गायीचा / म्हशीचा ओळख नोंदणी क्रमांक	वेत क्रमांक	वळू दाखविला / कृत्रिम रेतन व ओळख नोंदणी क्रमांक	वळू दाखविला / कृत्रिम रेतनाची तारीख	अपेक्षित विण्याची तारीख	वास्तविक विल्याची तारीख	गर्भावस्थेचा काळ	वासराचा ओळख नोंदणी क्रमांक
१								
२								
३								
४								
५								
६								
७								
८								
९								
१०								
११								
१२								
१३								
१४								
१५								
१६								
१७								
१८								
१९								
२०								
२१								

जन्मलेल्या वासराचे लिंग	वासराला किती दिवस चिक पाजला	विण्यामध्ये काही अडथळा आला होता का व असल्यास कोणता??	विण्यामधील अडथळयावरील उपाय व खर्च	वेतामधील एकूण दूध उत्पादन (लिटर)	वेतामध्ये दुधापासून मिळालेले एकूण उत्पन्न रु.

विण्याच्या नोंदीचा तपशील :

अ.न.	गायीचा / म्हशीचा ओळख नोंदणी क्रमांक	वेत क्रमांक	वळू दाखविला / कृत्रिम रेतन व ओळख नोंदणी क्रमांक	वळू दाखविला / कृत्रिम रेतनाची तारीख	अपेक्षित विण्याची तारीख	वास्तविक विल्याची तारीख	गर्भावस्थेचा काळ	वासराचा ओळख नोंदणी क्रमांक
२२								
२३								
२४								
२५								
२६								
२७								
२८								
२९								
३०								
३१								
३२								
३३								
३४								
३५								
३६								
३७								
३८								
३९								
४०								
४१								
४२								

जन्मलेल्या वासराचे लिंग	वासराला किती दिवस चिक पाजला	विण्यामध्ये काही अडथळा आला होता का व असल्यास कोणता??	विण्यामधील अडथळयावरील उपाय व खर्च	वेतामधील एकूण दूध उत्पादन (लिटर)	वेतामध्ये दुधापासून मिळालेले एकूण उत्पन्न रु.

गाभडलेल्या गायींचा तपशिल :

अ.न.	गायीचा / म्हशीचा ओळख नोंदणी क्रमांक	वेत क्रमांक	वळूचा ओळख नोंदणी क्रमांक	वळू दाखविला / कृत्रिम रेतनाची तारीख	अपेक्षित विण्याची तारीख	वास्तविक विल्याच तारीख
१						
२						
३						
४						
५						
६						
७						
८						
९						
१०						

गर्भावस्थेचा काळ	गाभडली का?	लक्षणे	उपाय काय केले	उपायावरील खर्च

दररोजच्या दुग्धोत्पादनाच्या नोंदींचा तपशील

वर्ष:

अ.न.	गायीचा / म्हशीचा ओळख नोंदणी क्रमांक	वेत क्रमांक	या वेताला विण्याची तारीख	अपेक्षित गायीचे / म्हैशीचे दुध आटविण्याची तारीख	वास्तविक गायीचे / म्हैशीचे दुध अटविण्याची तारीख	दुध देण्याचा पहिला दिवस
१						
२						
३						
४						
५						
६						
७						
८						
९						
१०						
११						
१२						
१३						
१४						
१५						
१६						
१७						
१८						
१९						
२०						
२१						
२२						
२३						
२४						
२५						

दूध देण्याचा शेवटचा दिवस	वेतातील दुग्धोत्पादनाचे एकूण दिवस	सरासरी फॅट %	सरासरी एस.एन.एफ.%	वेतामधील एकूण दुध उत्पादन	वेतामध्ये दुधापासून मिळालेले एकूण उत्पन्न रु.

दररोजच्या दुग्धोत्पादनाच्या नोंदींचा तपशील

वर्ष:

अ.न.	गायीचा / म्हशीचा ओळख नोंदणी क्रमांक	वेत क्रमांक	या वेताला विण्याची तारीख	अपेक्षित गायीचे / म्हैशीचे दुध आटविण्याची तारीख	वास्तविक गायीचे / म्हैशीचे दुध अटविण्याची तारीख	दुध देण्याचा पहिला दिवस
२६						
२७						
२८						
२९						
३०						
३१						
३२						
३३						
३४						
३५						
३६						
३७						
३८						
३९						
४०						
४१						
४२						
४३						
४४						
४५						
४६						
४७						
४८						
४९						
५०						

दूध देण्याचा शेवटचा दिवस	वेतातील दुग्धोत्पादनाचे एकूण दिवस	सरासरी फॅट %	सरासरी एस.एन.एफ.%	वेतामधील एकूण दुध उत्पादन	वेतामध्ये दुधापासून मिळालेले एकूण उत्पन्न रु.

दररोजच्या दुग्धोत्पादनाच्या नोंदीचा तपशील :

वर्ष:		
सकाळचे दूध (लिटर)	संध्याकाळचे दूध (लिटर)	एकूण फॅट %

जानेवारी																
अ. नु.	गाईचा/म्हशीचा ओळख नोंदणी क्रमांक		१	२	३	४	५	६	७	८	९	१०	११	१२	१३	१४
१.		सकाळ														
		संध्या														
		खुराक														
२.		सकाळ														
		संध्या														
		खुराक														
३.		सकाळ														
		संध्या														
		खुराक														
४.		सकाळ														
		संध्या														
		खुराक														
५.		सकाळ														
		संध्या														
		खुराक														
६.		सकाळ														
		संध्या														
		खुराक														
७.		सकाळ														
		संध्या														
		खुराक														
८.		सकाळ														
		संध्या														
		खुराक														
९.		सकाळ														
		संध्या														
		खुराक														
१०.		सकाळ														
		संध्या														
		खुराक														

एस. एन.एफ %	महिन्याची सरासरी (लिटर)

१५	१६	१७	१८	१९	२०	२१	२२	२३	२४	२५	२६	२७	२८	२९	३०	३१	सरासरी

दररोजच्या दुग्धोत्पादनाच्या नोंदीचा तपशील :

वर्ष:		
सकाळचे दूध (लिटर)	संध्याकाळचे दूध (लिटर)	एकूण फॅट %

जानेवारी																
अ. नु.	गाईचा/म्हशीचा ओळख नोंदणी क्रमांक		१	२	३	४	५	६	७	८	९	१०	११	१२	१३	१४
११.		सकाळ														
		संध्या														
		खुराक														
१२.		सकाळ														
		संध्या														
		खुराक														
१३.		सकाळ														
		संध्या														
		खुराक														
१४.		सकाळ														
		संध्या														
		खुराक														
१५.		सकाळ														
		संध्या														
		खुराक														
१६.		सकाळ														
		संध्या														
		खुराक														
दर दिवसाचे सरासरी दूध																
डेअरीला घातलेले एकूण दूध																
एकूण फॅट %																
एकूण (एस.एन.एफ.%)																
मिळालेला रेट एकूण मिळालेली रक्कम																

एस. एन.एफ %	महिन्याची सरासरी (लिटर)

१५	१६	१७	१८	१९	२०	२१	२२	२३	२४	२५	२६	२७	२८	२९	३०	३१	सरासरी

दररोजच्या दुग्धोत्पादनाच्या नोंदीचा तपशील :

वर्ष:		
सकाळचे दूध (लिटर)	संध्याकाळचे दूध (लिटर)	एकूण फॅट %

फेब्रुवारी															
अ. नु.	गाईचा/म्हशीचा ओळख नोंदणी क्रमांक		१	२	३	४	५	६	७	८	९	१०	११	१२	१३
१.		सकाळ													
		संध्या													
		खुराक													
२.		सकाळ													
		संध्या													
		खुराक													
३.		सकाळ													
		संध्या													
		खुराक													
४.		सकाळ													
		संध्या													
		खुराक													
५.		सकाळ													
		संध्या													
		खुराक													
६.		सकाळ													
		संध्या													
		खुराक													
७.		सकाळ													
		संध्या													
		खुराक													
८.		सकाळ													
		संध्या													
		खुराक													
९.		सकाळ													
		संध्या													
		खुराक													
१०.		सकाळ													
		संध्या													
		खुराक													

एस. एन.एफ %	महिन्याची सरासरी (लिटर)

१४	१५	१६	१७	१८	१९	२०	२१	२२	२३	२४	२५	२६	२७	२८	सरासरी

दररोजच्या दुग्धोत्पादनाच्या नोंदीचा तपशील :

वर्ष:		
सकाळचे दूध (लिटर)	संध्याकाळचे दूध (लिटर)	एकूण फॅट %

फेब्रुवारी															
अ. नु.	गाईचा/म्हशीचा ओळख नोंदणी क्रमांक		१	२	३	४	५	६	७	८	९	१०	११	१२	१३
११.		सकाळ													
		संध्या													
		खुराक													
१२.		सकाळ													
		संध्या													
		खुराक													
१३.		सकाळ													
		संध्या													
		खुराक													
१४.		सकाळ													
		संध्या													
		खुराक													
१५.		सकाळ													
		संध्या													
		खुराक													
१६.		सकाळ													
		संध्या													
		खुराक													
दर दिवसाचे सरासरी दूध															
डेअरीला घातलेले एकूण दूध															
एकूण फॅट %															
एकूण (एस.एन.एफ.%)															
मिळालेला रेट एकूण मिळालेली रक्कम															

एस. एन.एफ %	महिन्याची सरासरी (लिटर)

१४	१५	१६	१७	१८	१९	२०	२१	२२	२३	२४	२५	२६	२७	२८	सरासरी

दररोजच्या दुग्धोत्पादनाच्या नोंदीचा तपशील :

वर्षः		
सकाळचे दूध (लिटर)	संध्याकाळचे दूध (लिटर)	एकूण फॅट %

मार्च																
अ. नु.	गाईचा/म्हशीचा ओळख नोंदणी क्रमांक		१	२	३	४	५	६	७	८	९	१०	११	१२	१३	१४
१.		सकाळ														
		संध्या														
		खुराक														
२.		सकाळ														
		संध्या														
		खुराक														
३.		सकाळ														
		संध्या														
		खुराक														
४.		सकाळ														
		संध्या														
		खुराक														
५.		सकाळ														
		संध्या														
		खुराक														
६.		सकाळ														
		संध्या														
		खुराक														
७.		सकाळ														
		संध्या														
		खुराक														
८.		सकाळ														
		संध्या														
		खुराक														
९.		सकाळ														
		संध्या														
		खुराक														
१०.		सकाळ														
		संध्या														
		खुराक														

एस. एन.एफ %	महिन्याची सरासरी (लिटर)

१५	१६	१७	१८	१९	२०	२१	२२	२३	२४	२५	२६	२७	२८	२९	३०	३१	सरासरी

दररोजच्या दुग्धोत्पादनाच्या नोंदीचा तपशील :

वर्ष:		
सकाळचे दूध (लिटर)	संध्याकाळचे दूध (लिटर)	एकूण फॅट %

मार्च																
अ. नु.	गाईचा/म्हशीचा ओळख नोंदणी क्रमांक		१	२	३	४	५	६	७	८	९	१०	११	१२	१३	१४
११.		सकाळ														
		संध्या														
		खुराक														
१२.		सकाळ														
		संध्या														
		खुराक														
१३.		सकाळ														
		संध्या														
		खुराक														
१४.		सकाळ														
		संध्या														
		खुराक														
१५.		सकाळ														
		संध्या														
		खुराक														
१६.		सकाळ														
		संध्या														
		खुराक														
दर दिवसाचे सरासरी दूध																
डेअरीला घातलेले एकूण दूध																
एकूण फॅट %																
एकूण (एस.एन.एफ.%)																
मिळालेला रेट एकूण मिळालेली रक्कम																

एस. एन.एफ %	महिन्याची सरासरी (लिटर)

१५	१६	१७	१८	१९	२०	२१	२२	२३	२४	२५	२६	२७	२८	२९	३०	३१	सरासरी

दररोजच्या दुग्धोत्पादनाच्या नोंदीचा तपशील :

वर्षः		
सकाळचे दूध (लिटर)	संध्याकाळचे दूध (लिटर)	एकूण फॅट %

एप्रिल																
अ. नु.	गाईचा/म्हशीचा ओळख नोंदणी क्रमांक		१	२	३	४	५	६	७	८	९	१०	११	१२	१३	१४
१.		सकाळ														
		संध्या														
		खुराक														
२.		सकाळ														
		संध्या														
		खुराक														
३.		सकाळ														
		संध्या														
		खुराक														
४.		सकाळ														
		संध्या														
		खुराक														
५.		सकाळ														
		संध्या														
		खुराक														
६.		सकाळ														
		संध्या														
		खुराक														
७.		सकाळ														
		संध्या														
		खुराक														
८.		सकाळ														
		संध्या														
		खुराक														
९.		सकाळ														
		संध्या														
		खुराक														
१०.		सकाळ														
		संध्या														
		खुराक														

एस. एन.एफ %	महिन्याची सरासरी (लिटर)

१५	१६	१७	१८	१९	२०	२१	२२	२३	२४	२५	२६	२७	२८	२९	३०	सरासरी

दररोजच्या दुग्धोत्पादनाच्या नोंदीचा तपशील :

वर्ष:		
सकाळचे दूध (लिटर)	संध्याकाळचे दूध (लिटर)	एकूण फॅट %

एप्रिल																
अ. नु.	गाईचा/म्हशीचा ओळख नोंदणी क्रमांक		१	२	३	४	५	६	७	८	९	१०	११	१२	१३	१४
११.		सकाळ														
		संध्या														
		खुराक														
१२.		सकाळ														
		संध्या														
		खुराक														
१३.		सकाळ														
		संध्या														
		खुराक														
१४.		सकाळ														
		संध्या														
		खुराक														
१५.		सकाळ														
		संध्या														
		खुराक														
१६.		सकाळ														
		संध्या														
		खुराक														
दर दिवसाचे सरासरी दूध																
डेअरीला घातलेले एकूण दूध																
एकूण फॅट %																
एकूण (एस.एन.एफ.%)																
मिळालेला रेट एकूण मिळालेली रक्कम																

एस. एन.एफ %	महिन्याची सरासरी (लिटर)

१५	१६	१७	१८	१९	२०	२१	२२	२३	२४	२५	२६	२७	२८	२९	३०	सरासरी

दररोजच्या दुग्धोत्पादनाच्या नोंदीचा तपशील :

वर्ष:		
सकाळचे दूध (लिटर)	संध्याकाळचे दूध (लिटर)	एकूण फॅट %

मे																
अ. नु.	गाईचा/म्हशीचा ओळख नोंदणी क्रमांक		१	२	३	४	५	६	७	८	९	१०	११	१२	१३	१४
१.		सकाळ														
		संध्या														
		खुराक														
२.		सकाळ														
		संध्या														
		खुराक														
३.		सकाळ														
		संध्या														
		खुराक														
४.		सकाळ														
		संध्या														
		खुराक														
५.		सकाळ														
		संध्या														
		खुराक														
६.		सकाळ														
		संध्या														
		खुराक														
७.		सकाळ														
		संध्या														
		खुराक														
८.		सकाळ														
		संध्या														
		खुराक														
९.		सकाळ														
		संध्या														
		खुराक														
१०.		सकाळ														
		संध्या														
		खुराक														

एस. एन.एफ %	महिन्याची सरासरी (लिटर)

१५	१६	१७	१८	१९	२०	२१	२२	२३	२४	२५	२६	२७	२८	२९	३०	३१	सरासरी

दररोजच्या दुग्धोत्पादनाच्या नोंदीचा तपशील :

वर्ष:		
सकाळचे दूध (लिटर)	संध्याकाळचे दूध (लिटर)	एकूण फॅट %

मे																
अ. नु.	गाईचा/म्हशीचा ओळख नोंदणी क्रमांक		१	२	३	४	५	६	७	८	९	१०	११	१२	१३	१४
११.		सकाळ														
		संध्या														
		खुराक														
१२.		सकाळ														
		संध्या														
		खुराक														
१३.		सकाळ														
		संध्या														
		खुराक														
१४.		सकाळ														
		संध्या														
		खुराक														
१५.		सकाळ														
		संध्या														
		खुराक														
१६.		सकाळ														
		संध्या														
		खुराक														
दर दिवसाचे सरासरी दूध																
डेअरीला घातलेले एकूण दूध																
एकूण फॅट %																
एकूण (एस.एन.एफ.%)																
मिळालेला रेट एकूण मिळालेली रक्कम																

एस. एन.एफ %	महिन्याची सरासरी (लिटर)

१५	१६	१७	१८	१९	२०	२१	२२	२३	२४	२५	२६	२७	२८	२९	३०	३१	सरासरी

दररोजच्या दुग्धोत्पादनाच्या नोंदीचा तपशील :

वर्ष:		
सकाळचे दूध (लिटर)	संध्याकाळचे दूध (लिटर)	एकूण फॅट %

जून																
अ. नु.	गाईचा/म्हशीचा ओळख नोंदणी क्रमांक		१	२	३	४	५	६	७	८	९	१०	११	१२	१३	१४
१.		सकाळ														
		संध्या														
		खुराक														
२.		सकाळ														
		संध्या														
		खुराक														
३.		सकाळ														
		संध्या														
		खुराक														
४.		सकाळ														
		संध्या														
		खुराक														
५.		सकाळ														
		संध्या														
		खुराक														
६.		सकाळ														
		संध्या														
		खुराक														
७.		सकाळ														
		संध्या														
		खुराक														
८.		सकाळ														
		संध्या														
		खुराक														
९.		सकाळ														
		संध्या														
		खुराक														
१०.		सकाळ														
		संध्या														
		खुराक														

एस. एन.एफ %	महिन्याची सरासरी (लिटर)

१५	१६	१७	१८	१९	२०	२१	२२	२३	२४	२५	२६	२७	२८	२९	३०	सरासरी

दररोजच्या दुग्धोत्पादनाच्या नोंदीचा तपशील :

वर्ष:		
सकाळचे दूध (लिटर)	संध्याकाळचे दूध (लिटर)	एकूण फॅट %

जून																
अ. नु.	गाईचा/म्हशीचा ओळख नोंदणी क्रमांक		१	२	३	४	५	६	७	८	९	१०	११	१२	१३	१४
११.		सकाळ														
		संध्या														
		खुराक														
१२.		सकाळ														
		संध्या														
		खुराक														
१३.		सकाळ														
		संध्या														
		खुराक														
१४.		सकाळ														
		संध्या														
		खुराक														
१५.		सकाळ														
		संध्या														
		खुराक														
१६.		सकाळ														
		संध्या														
		खुराक														
दर दिवसाचे सरासरी दूध																
डेअरीला घातलेले एकूण दूध																
एकूण फॅट %																
एकूण (एस.एन.एफ.%)																
मिळालेला रेट एकूण मिळालेली रक्कम																

एस. एन.एफ %	महिन्याची सरासरी (लिटर)

१५	१६	१७	१८	१९	२०	२१	२२	२३	२४	२५	२६	२७	२८	२९	३०	सरासरी

दररोजच्या दुग्धोत्पादनाच्या नोंदीचा तपशील :

वर्ष:		
सकाळचे दूध (लिटर)	संध्याकाळचे दूध (लिटर)	एकूण फॅट %

जुलै

अ. नु.	गाईचा/म्हशीचा ओळख नोंदणी क्रमांक		१	२	३	४	५	६	७	८	९	१०	११	१२	१३	१४
१.		सकाळ														
		संध्या														
		खुराक														
२.		सकाळ														
		संध्या														
		खुराक														
३.		सकाळ														
		संध्या														
		खुराक														
४.		सकाळ														
		संध्या														
		खुराक														
५.		सकाळ														
		संध्या														
		खुराक														
६.		सकाळ														
		संध्या														
		खुराक														
७.		सकाळ														
		संध्या														
		खुराक														
८.		सकाळ														
		संध्या														
		खुराक														
९.		सकाळ														
		संध्या														
		खुराक														
१०.		सकाळ														
		संध्या														
		खुराक														

एस. एन.एफ %	महिन्याची सरासरी (लिटर)

१५	१६	१७	१८	१९	२०	२१	२२	२३	२४	२५	२६	२७	२८	२९	३०	३१	सरासरी

दररोजच्या दुग्धोत्पादनाच्या नोंदीचा तपशील :

वर्ष:		
सकाळचे दूध (लिटर)	संध्याकाळचे दूध (लिटर)	एकूण फॅट %

जुलै																
अ. नु.	गाईचा/म्हशीचा ओळख नोंदणी क्रमांक		१	२	३	४	५	६	७	८	९	१०	११	१२	१३	१४
११.		सकाळ														
		संध्या														
		खुराक														
१२.		सकाळ														
		संध्या														
		खुराक														
१३.		सकाळ														
		संध्या														
		खुराक														
१४.		सकाळ														
		संध्या														
		खुराक														
१५.		सकाळ														
		संध्या														
		खुराक														
१६.		सकाळ														
		संध्या														
		खुराक														
दर दिवसाचे सरासरी दूध																
डेअरीला घातलेले एकूण दूध																
एकूण फॅट %																
एकूण (एस.एन.एफ.%)																
मिळालेला रेट एकूण मिळालेली रक्कम																

एस. एन.एफ %	महिन्याची सरासरी (लिटर)

१५	१६	१७	१८	१९	२०	२१	२२	२३	२४	२५	२६	२७	२८	२९	३०	३१	सरासरी

दररोजच्या दुग्धोत्पादनाच्या नोंदीचा तपशील :

वर्ष:		
सकाळचे दूध (लिटर)	संध्याकाळचे दूध (लिटर)	एकूण फॅट %

ऑगस्ट																
अ. नु.	गाईचा/म्हशीचा ओळख नोंदणी क्रमांक		१	२	३	४	५	६	७	८	९	१०	११	१२	१३	१४
१.		सकाळ														
		संध्या														
		खुराक														
२.		सकाळ														
		संध्या														
		खुराक														
३.		सकाळ														
		संध्या														
		खुराक														
४.		सकाळ														
		संध्या														
		खुराक														
५.		सकाळ														
		संध्या														
		खुराक														
६.		सकाळ														
		संध्या														
		खुराक														
७.		सकाळ														
		संध्या														
		खुराक														
८.		सकाळ														
		संध्या														
		खुराक														
९.		सकाळ														
		संध्या														
		खुराक														
१०.		सकाळ														
		संध्या														
		खुराक														

एस. एन.एफ %	महिन्याची सरासरी (लिटर)

१५	१६	१७	१८	१९	२०	२१	२२	२३	२४	२५	२६	२७	२८	२९	३०	३१	सरासरी

दररोजच्या दुग्धोत्पादनाच्या नोंदीचा तपशील :

वर्ष:		
सकाळचे दूध (लिटर)	संध्याकाळचे दूध (लिटर)	एकूण फॅट %

ऑगस्ट																
अ. नु.	गाईचा/म्हशीचा ओळख नोंदणी क्रमांक		१	२	३	४	५	६	७	८	९	१०	११	१२	१३	१४
११.		सकाळ														
		संध्या														
		खुराक														
१२.		सकाळ														
		संध्या														
		खुराक														
१३.		सकाळ														
		संध्या														
		खुराक														
१४.		सकाळ														
		संध्या														
		खुराक														
१५.		सकाळ														
		संध्या														
		खुराक														
१६.		सकाळ														
		संध्या														
		खुराक														
दर दिवसाचे सरासरी दूध																
डेअरीला घातलेले एकूण दूध																
एकूण फॅट %																
एकूण (एस.एन.एफ.%)																
मिळालेला रेट एकूण मिळालेली रक्कम																

एस. एन.एफ %	महिन्याची सरासरी (लिटर)

१५	१६	१७	१८	१९	२०	२१	२२	२३	२४	२५	२६	२७	२८	२९	३०	३१	सरासरी

दररोजच्या दुग्धोत्पादनाच्या नोंदीचा तपशील :

वर्ष:		
सकाळचे दूध (लिटर)	संध्याकाळचे दूध (लिटर)	एकूण फॅट %

सप्टेंबर																
अ. नु.	गाईचा/म्हशीचा ओळख नोंदणी क्रमांक		१	२	३	४	५	६	७	८	९	१०	११	१२	१३	१४
१.		सकाळ														
		संध्या														
		खुराक														
२.		सकाळ														
		संध्या														
		खुराक														
३.		सकाळ														
		संध्या														
		खुराक														
४.		सकाळ														
		संध्या														
		खुराक														
५.		सकाळ														
		संध्या														
		खुराक														
६.		सकाळ														
		संध्या														
		खुराक														
७.		सकाळ														
		संध्या														
		खुराक														
८.		सकाळ														
		संध्या														
		खुराक														
९.		सकाळ														
		संध्या														
		खुराक														
१०.		सकाळ														
		संध्या														
		खुराक														

एस. एन.एफ %	**महिन्याची सरासरी (लिटर)**

१५	१६	१७	१८	१९	२०	२१	२२	२३	२४	२५	२६	२७	२८	२९	३०	**सरासरी**

दररोजच्या दुग्धोत्पादनाच्या नोंदीचा तपशील :

वर्ष:		
सकाळचे दूध (लिटर)	संध्याकाळचे दूध (लिटर)	एकूण फॅट %

सप्टेंबर																
अ. नु.	गाईचा/म्हशीचा ओळख नोंदणी क्रमांक		१	२	३	४	५	६	७	८	९	१०	११	१२	१३	१४
११.		सकाळ														
		संध्या														
		खुराक														
१२.		सकाळ														
		संध्या														
		खुराक														
१३.		सकाळ														
		संध्या														
		खुराक														
१४.		सकाळ														
		संध्या														
		खुराक														
१५.		सकाळ														
		संध्या														
		खुराक														
१६.		सकाळ														
		संध्या														
		खुराक														
दर दिवसाचे सरासरी दूध																
डेअरीला घातलेले एकूण दूध																
एकूण फॅट %																
एकूण (एस.एन.एफ.%)																
मिळालेला रेट एकूण मिळालेली रक्कम																

एस. एन.एफ %	महिन्याची सरासरी (लिटर)

१५	१६	१७	१८	१९	२०	२१	२२	२३	२४	२५	२६	२७	२८	२९	३०	सरासरी

दररोजच्या दुग्धोत्पादनाच्या नोंदीचा तपशील :

वर्षः		
सकाळचे दूध (लिटर)	संध्याकाळचे दूध (लिटर)	एकूण फॅट %

ऑक्टोबर																
अ. नु.	गाईचा/म्हशीचा ओळख नोंदणी क्रमांक		१	२	३	४	५	६	७	८	९	१०	११	१२	१३	१४
१.		सकाळ														
		संध्या														
		खुराक														
२.		सकाळ														
		संध्या														
		खुराक														
३.		सकाळ														
		संध्या														
		खुराक														
४.		सकाळ														
		संध्या														
		खुराक														
५.		सकाळ														
		संध्या														
		खुराक														
६.		सकाळ														
		संध्या														
		खुराक														
७.		सकाळ														
		संध्या														
		खुराक														
८.		सकाळ														
		संध्या														
		खुराक														
९.		सकाळ														
		संध्या														
		खुराक														
१०.		सकाळ														
		संध्या														
		खुराक														

एस. एन.एफ %	महिन्याची सरासरी (लिटर)

१५	१६	१७	१८	१९	२०	२१	२२	२३	२४	२५	२६	२७	२८	२९	३०	३१	सरासरी

दररोजच्या दुग्धोत्पादनाच्या नोंदीचा तपशील :

वर्षः		
सकाळचे दूध (लिटर)	संध्याकाळचे दूध (लिटर)	एकूण फॅट %

ऑक्टोंबर																
अ. नु.	गाईचा/म्हशीचा ओळख नोंदणी क्रमांक		१	२	३	४	५	६	७	८	९	१०	११	१२	१३	१४
११.		सकाळ														
		संध्या														
		खुराक														
१२.		सकाळ														
		संध्या														
		खुराक														
१३.		सकाळ														
		संध्या														
		खुराक														
१४.		सकाळ														
		संध्या														
		खुराक														
१५.		सकाळ														
		संध्या														
		खुराक														
१६.		सकाळ														
		संध्या														
		खुराक														
दर दिवसाचे सरासरी दूध																
डेअरीला घातलेले एकूण दूध																
एकूण फॅट %																
एकूण (एस.एन.एफ.%)																
मिळालेला रेट एकूण मिळालेली रक्कम																

एस. एन.एफ %	महिन्याची सरासरी (लिटर)

१५	१६	१७	१८	१९	२०	२१	२२	२३	२४	२५	२६	२७	२८	२९	३०	३१	सरासरी

दररोजच्या दुग्धोत्पादनाच्या नोंदीचा तपशील :

वर्ष:		
सकाळचे दूध (लिटर)	संध्याकाळचे दूध (लिटर)	एकूण फॅट %

नोव्हेंबर																
अ. नु.	गाईचा/म्हशीचा ओळख नोंदणी क्रमांक		१	२	३	४	५	६	७	८	९	१०	११	१२	१३	१४
१.		सकाळ														
		संध्या														
		खुराक														
२.		सकाळ														
		संध्या														
		खुराक														
३.		सकाळ														
		संध्या														
		खुराक														
४.		सकाळ														
		संध्या														
		खुराक														
५.		सकाळ														
		संध्या														
		खुराक														
६.		सकाळ														
		संध्या														
		खुराक														
७.		सकाळ														
		संध्या														
		खुराक														
८.		सकाळ														
		संध्या														
		खुराक														
९.		सकाळ														
		संध्या														
		खुराक														
१०.		सकाळ														
		संध्या														
		खुराक														

एस. एन.एफ %

महिन्याची सरासरी (लिटर)

१५	१६	१७	१८	१९	२०	२१	२२	२३	२४	२५	२६	२७	२८	२९	३०	सरासरी

दररोजच्या दुग्धोत्पादनाच्या नोंदीचा तपशील :

वर्ष:		
सकाळचे दूध (लिटर)	संध्याकाळचे दूध (लिटर)	एकूण फॅट %

नोव्हेंबर																
अ. नु.	गाईचा/म्हशीचा ओळख नोंदणी क्रमांक		१	२	३	४	५	६	७	८	९	१०	११	१२	१३	१४
११.		सकाळ														
		संध्या														
		खुराक														
१२.		सकाळ														
		संध्या														
		खुराक														
१३.		सकाळ														
		संध्या														
		खुराक														
१४.		सकाळ														
		संध्या														
		खुराक														
१५.		सकाळ														
		संध्या														
		खुराक														
१६.		सकाळ														
		संध्या														
		खुराक														
दर दिवसाचे सरासरी दूध																
डेअरीला घातलेले एकूण दूध																
एकूण फॅट %																
एकूण (एस.एन.एफ.%)																
मिळालेला रेट एकूण मिळालेली रक्कम																

एस. एन.एफ %	महिन्याची सरासरी (लिटर)

१५	१६	१७	१८	१९	२०	२१	२२	२३	२४	२५	२६	२७	२८	२९	३०	सरासरी

दररोजच्या दुग्धोत्पादनाच्या नोंदीचा तपशील :

वर्ष:		
सकाळचे दूध (लिटर)	संध्याकाळचे दूध (लिटर)	एकूण फॅट %

डिसेंबर																
अ. नु.	गाईचा/म्हशीचा ओळख नोंदणी क्रमांक		१	२	३	४	५	६	७	८	९	१०	११	१२	१३	१४
१.		सकाळ														
		संध्या														
		खुराक														
२.		सकाळ														
		संध्या														
		खुराक														
३.		सकाळ														
		संध्या														
		खुराक														
४.		सकाळ														
		संध्या														
		खुराक														
५.		सकाळ														
		संध्या														
		खुराक														
६.		सकाळ														
		संध्या														
		खुराक														
७.		सकाळ														
		संध्या														
		खुराक														
८.		सकाळ														
		संध्या														
		खुराक														
९.		सकाळ														
		संध्या														
		खुराक														
१०.		सकाळ														
		संध्या														
		खुराक														

एस. एन.एफ %	महिन्याची सरासरी (लिटर)

१५	१६	१७	१८	१९	२०	२१	२२	२३	२४	२५	२६	२७	२८	२९	३०	३१	सरासरी

दररोजच्या दुग्धोत्पादनाच्या नोंदीचा तपशील :

वर्ष:		
सकाळचे दूध (लिटर)	संध्याकाळचे दूध (लिटर)	एकूण फॅट %

डिसेंबर																
अ. नु.	गाईचा/म्हशीचा ओळख नोंदणी क्रमांक		१	२	३	४	५	६	७	८	९	१०	११	१२	१३	१४
११.		सकाळ														
		संध्या														
		खुराक														
१२.		सकाळ														
		संध्या														
		खुराक														
१३.		सकाळ														
		संध्या														
		खुराक														
१४.		सकाळ														
		संध्या														
		खुराक														
१५.		सकाळ														
		संध्या														
		खुराक														
१६.		सकाळ														
		संध्या														
		खुराक														
दर दिवसाचे सरासरी दूध																
डेअरीला घातलेले एकूण दूध																
एकूण फॅट %																
एकूण (एस.एन.एफ.%)																
मिळालेला रेट एकूण मिळालेली रक्कम																

एस. एन.एफ %	महिन्याची सरासरी (लिटर)

१५	१६	१७	१८	१९	२०	२१	२२	२३	२४	२५	२६	२७	२८	२९	३०	३१	सरासरी

आरोग्याविषयीच्या नोंदी
उपचाराविषयीच्या नोंदी

अ. न.	गायीचा / म्हशीचा ओळख नोंदणी क्रमांक	दिनांक	लक्षणे	औषधाचे नाव	डॉक्टरचे नाव	डॉक्टरची फी (रु.)	दिनांक	लक्षणे
१								
२								
३								
४								
५								
६								
७								
८								
९								
१०								
११								
१२								
१२								
१३								
१४								
१५								
१६								
१७								
१८								
१९								
२०								

औषधाचे नाव	डॉक्टरचे नाव	डॉक्टरची फी (रु.)	दिनांक	लक्षणे	औषधाचे नाव	डॉक्टरचे नाव	डॉक्टरची फी (रु.)

आरोग्याविषयीच्या नोंदी
उपचाराविषयीच्या नोंदी

अ. न.	गायीचा / म्हशीचा ओळख नोंदणी क्रमांक	दिनांक	लक्षणे	औषधाचे नाव	डॉक्टरचे नाव	डॉक्टरची फी (रु.)	दिनांक	लक्षणे
२१								
२२								
२३								
२४								
२५								
२६								
२७								
२८								
२९								
३०								
३१								
३२								
३३								
३४								
३५								
३६								
३७								
३८								
३९								
४०								
४१								

षधाचे नाव	डॉक्टरचे नाव	डॉक्टरची फी (रु.)	दिनांक	लक्षणे	औषधाचे नाव	डॉक्टरचे नाव	डॉक्टरची फी (रु.)

आरोग्याविषयीच्या नोंदी
उपचाराविषयीच्या नोंदी

अ. न.	गायीचा / म्हशीचा ओळख नोंदणी क्रमांक	दिनांक	लक्षणे	औषधाचे नाव	डॉक्टरचे नाव	डॉक्टरची फी (रु.)	दिनांक	लक्षणे
२								
४३								
४४								
४५								
४६								
४७								
४८								
४९								
५०								
५१								
५२								
५३								
५४								
५५								
५६								
५७								
५८								
५९								
६०								
६१								
६२								

औषधाचे नाव	डॉक्टरचे नाव	डॉक्टरची फी (रु.)	दिनांक	लक्षणे	औषधाचे नाव	डॉक्टरचे नाव	डॉक्टरची फी (रु.)

लसीकरण विषयक नोंदी :

अ.न.	गायीचा / म्हशीचा ओळख नोंदणी क्रमांक	लसीचे नाव व रोग	लसीचा दिनांक	पुढच्या डोसची तारीख	लसीची किंमत (रु.)	लसीचे नाव व रोग	लसीचा दिनांक	पुढच्या डोसची तारीख	लसीची किंमत (रु.)	लसीचे नाव व रोग	लसीचा दिनांक
१											
२											
३											
४											
५											
६											
७											
८											
९											
१०											
११											
१२											
१३											
१४											
१५											
१६											
१७											
१८											
१९											
२०											

पुढच्या डोसची तारीख	लसीची किंमत (रु.)	लसीचे नाव व रोग	लसीचा दिनांक	पुढच्या डोसची तारीख	लसीची किंमत (रु.)	लसीचे नाव व रोग	लसीचा दिनांक	पुढच्या डोसची तारीख	लसीची किंमत (रु.)	लस कोणी दिली

लसीकरण विषयक नोंदी :

अ.न.	गायीचा / म्हशीचा ओळख नोंदणी क्रमांक	लसीचे नाव व रोग	लसीचा दिनांक	पुढच्या डोसची तारीख	लसीची किंमत (रु.)	लसीचे नाव व रोग	लसीचा दिनांक	पुढच्या डोसची तारीख	लसीची किंमत (रु.)	लसीचे नाव व रोग	लसीचा दिनांक
२१											
२२											
२३											
२४											
२५											
२६											
२७											
२८											
२९											
३०											
३१											
३२											
३३											
३४											
३५											
३६											
३७											
३८											
३९											
४०											

पुढच्या डोसची तारीख	लसीची किंमत (रु.)	लसीचे नाव व रोग	लसीचा दिनांक	पुढच्या डोसची तारीख	लसीची किंमत (रु.)	लसीचे नाव व रोग	लसीचा दिनांक	पुढच्या डोसची तारीख	लसीची किंमत (रु.)	लस कोणी दिली

लसीकरण विषयक नोंदी :

अ.न.	गायीचा / म्हशीचा ओळख नोंदणी क्रमांक	लसीचे नाव व रोग	लसीचा दिनांक	पुढच्या डोसची तारीख	लसीची किंमत (रु.)	लसीचे नाव व रोग	लसीचा दिनांक	पुढच्या डोसची तारीख	लसीची किंमत (रु.)	लसीचे नाव व रोग	लसीचा दिनांक
४१											
४२											
४३											
४४											
४५											
४६											
४७											
४८											
४९											
५०											
५१											
५२											
५३											
५४											
५५											
५६											
५७											
५८											
५९											
६०											

पुढच्या डोसची तारीख	लसीची किंमत (रु.)	लसीचे नाव व रोग	लसीचा दिनांक	पुढच्या डोसची तारीख	लसीची किंमत (रु.)	लसीचे नाव व रोग	लसीचा दिनांक	पुढच्या डोसची तारीख	लसीची किंमत (रु.)	लस कोणी दिली

जंतनिर्मुलन विषयक नोंदी :

अ. न.	गायीचा / म्हशीचा ओळख नोंदणी क्रमांक	जंतनाशकाचे नाव	जंतनाशकाचा वापराचा दिनांक	देण्याचा मार्ग	जंतनाशक देण्याची पुढची तारीख	जंतनाशकाची किंमत (रु.)	जंतनाशक कोणी दिली	जंतनाशकाचे नाव	जंतनाशकाचा वापराचा दिनांक	देण्याचा मार्ग
१										
२										
३										
४										
५										
६										
७										
८										
९										
१०										
११										
१२										
१३										
१४										
१५										
१६										
१७										
१८										
१९										
२०										

जंतनाशक देण्याची पुढची तारीख	जंतनाशकाची किंमत (रु.)	जंतनाशक कोणी दिली	जंतनाशकाचे नाव	जंतनाशकाचा वापराचा दिनांक	देण्याचा मार्ग	जंतनाशक देण्याची पुढची तारीख	जंतनाशकाची किंमत (रु.)	जंतनाशक कोणी दिली

जंतनिर्मुलन विषयक नोंदी :

अ. न.	गायीचा / म्हशीचा ओळख नोंदणी क्रमांक	जंतनाशकाचे नाव	जंतनाशकाचा वापराचा दिनांक	देण्याचा मार्ग	जंतनाशक देण्याची पुढची तारीख	जंतनाशकाची किंमत (रु.)	जंतनाशक कोणी दिली	जंतनाशकाचे नाव	जंतनाशकाचा वापराचा दिनांक	देण्याचा मार्ग
२१										
२२										
२३										
२४										
२५										
२६										
२७										
२८										
२९										
३०										
३१										
३२										
३३										
३४										
३५										
३६										
३७										
३८										
३९										
४०										

जंतनाशक देण्याची पुढची तारीख	जंतनाशकाची किंमत (रु.)	जंतनाशक कोणी दिली	जंतनाशकाचे नाव	जंतनाशकाचा वापराचा दिनांक	देण्याचा मार्ग	जंतनाशक देण्याची पुढची तारीख	जंतनाशकाची किंमत (रु.)	जंतनाशक कोणी दिली

जंतनिर्मुलन विषयक नोंदी :

अ. न.	गायीचा / म्हशीचा ओळख नोंदणी क्रमांक	जंतनाशकाचे नाव	जंतनाशकाचा वापराचा दिनांक	देण्याचा मार्ग	जंतनाशक देण्याची पुढची तारीख	जंतनाशकाची किंमत (रु.)	जंतनाशक कोणी दिली	जंतनाशकाचे नाव	जंतनाशकाचा वापराचा दिनांक	देण्याचा मार्ग
४१										
४२										
४३										
४४										
४५										
४६										
४७										
४८										
४९										
५०										
५१										
५२										
५३										
५४										
५५										
५६										
५७										
५८										
५९										
६०										

जंतनाशक देण्याची पुढची तारीख	जंतनाशकाची किंमत (रु.)	जंतनाशक कोणी दिली	जंतनाशकाचे नाव	जंतनाशकाचा वापराचा दिनांक	देण्याचा मार्ग	जंतनाशक देण्याची पुढची तारीख	जंतनाशकाची किंमत (रु.)	जंतनाशक कोणी दिली

रोगांच्या चाचण्याविषयीच्या नोंदी :

अ.न.	गायीचा / म्हशीचा ओळख नोंदणी क्रमांक	दिनांक	रोगाचे नाव	चाचणीचे नाव	डॉक्टरचे नाव	प्रयोगशाळेचे नाव
१						
२						
३						
४						
५						
६						
७						
८						
९						
१०						
११						
१२						
१३						
१४						
१५						
१६						
१७						
१८						
१९						
२०						

अंतिम निरीक्षण	चाचणीचा निकाल	चाचणीसाठी आलेला खर्च रु.	केलेला उपाय

प्रौढ गायींच्या वजन विषयक नोंदी (किलोमध्ये) :

अ.न.	गायीचा / म्हशीचा ओळख नोंदणी क्रमांक	जन्मतारीख	जन्मताचे वजन	वय	वजनाचा दिनांक	वजन किलोग्राम	वजनामधील वाढ	वय	वजनाचा दिनांक
१									
२									
३									
४									
५									
६									
७									
८									
९									
१०									
११									
१२									
१३									
१४									
१५									
१६									
१७									
१८									
१९									
२०									
२१									
२२									
२३									
२४									
२५									
२६									
२७									
२८									
२९									
३०									

वजन किलोग्राम	वजनामधील वाढ	वजनाचा दिनांक	वय	वजन किलोग्राम	वजनामधील वाढ	शेरा

लहान वासरांच्या वजन विषयक नोंदी (किलोमध्ये) :

अ.न.	वासराचा नोंदणी क्रमांक	जन्मतारीख	जन्मताचे वजन	लिंग	वय	वजनाचा दिनांक	वजन किलोग्राम	वजनामधील वाढ	वय
१									
२									
३									
४									
५									
६									
७									
८									
९									
१०									
११									
१२									
१३									
१४									
१५									
१६									
१७									
१८									
१९									
२०									
२१									
२२									
२३									
२४									
२५									
२७									
२८									
२९									
३०									

वजनाचा दिनांक	वजन किलोग्राम	वजनामधील वाढ	वय	वजनाचा दिनांक	वजन किलोग्राम	वजनामधील वाढ	शेरा

गायीची दर महिन्याची शारीरिक स्थिती :

किती महिन्याची गाभण	(महिने)	भाकड व किती महिन्याची गाभण	(महिने)
दुभती पण किती महिन्याची गाभण संख्या	(महिने)	एकूण १ वर्षापर्यंतच्या वासरांची वासरू / गायींची संख्या	(महिने)

अ.न.	गायीचा / म्हशीचा ओळख नोंदणी क्रमांक	जानेवारी	फेब्रुवारी	मार्च	एप्रिल	मे
१						
२						
३						
४						
५						
६						
७						
८						
९						
१०						
११						
१२						
१३						
१४						
१५						
१६						
१७						
१८						
१९						
२०						

किती महिन्याची दुभती :	(महिने)	भाकड :	(महिने)
एकूण २ ते ३ वर्षापर्यंतच्या	(महिने)	पहिल्यांदा गाभण	(महिने)

जून	जुलै	ऑगस्ट	सप्टेंबर	ऑक्टोंबर	नोव्हेंबर	डिसेंबर

गायीची दर महिन्याची शारीरिक स्थिती :			
किती महिन्याची गाभण	(महिने)	भाकड व किती महिन्याची गाभण	(महिने)
दुभती पण किती महिन्याची गाभण संख्या	(महिने)	एकूण १ वर्षापर्यंतच्या वासरांची वासरू / गायींची संख्या	(महिने)

अ.न.	गायीचा / म्हशीचा ओळख नोंदणी क्रमांक	जानेवारी	फेब्रुवारी	मार्च	एप्रिल	मे
२१						
२२						
२३						
२४						
२५						
२६						
२७						
२८						
२९						
३०						
३१						
३२						
३३						
३४						
३५						
३६						
३७						
३८						
३९						
४०						

किती महिन्याची दुभती :	(महिने)	भाकड :	(महिने)
एकूण २ ते ३ वर्षापर्यंतच्या	(महिने)	पहिल्यांदा गाभण	(महिने)

जून	जुलै	ऑगस्ट	सप्टेंबर	ऑक्टोंबर	नोव्हेंबर	डिसेंबर

गायीची दर महिन्याची शारीरिक स्थिती :			
किती महिन्याची गाभण	(महिने)	भाकड व किती महिन्याची गाभण	(महिने)
दुभती पण किती महिन्याची गाभण संख्या	(महिने)	एकूण १ वर्षापर्यंतच्या वासरांची वासरू / गायींची संख्या	(महिने)

अ.न.	गायीचा / म्हशीचा ओळख नोंदणी क्रमांक	जानेवारी	फेब्रुवारी	मार्च	एप्रिल	मे
४१						
४२						
४३						
४४						
४५						
४६						
४७						
४८						
४९						
५०						
५१						
५२						
५३						
५४						
५५						
५६						
५७						
५८						
५९						
६०						

किती महिन्याची दुभती :	**(महिने)**	**भाकड :**	**(महिने)**
एकूण २ ते ३ वर्षापर्यंतच्या	**(महिने)**	**पहिल्यांदा गाभण**	**(महिने)**

जून	जुलै	ऑगस्ट	सप्टेंबर	ऑक्टोबर	नोव्हेंबर	डिसेंबर

	जानेवारी	फेब्रुवारी	मार्च	एप्रिल	मे
एकूण गाभण गायींची संख्या					
एकूण भाकड व गाभण गायींची संख्या					
एकूण दुभत्या गायींची संख्या					
एकूण भाकड गायींची संख्या					
एकूण दुभती पण गाभण गायींची संख्या					
एकूण १ वर्षापर्यंतच्या वासरांची संख्या					
एकूण २ ते ३ वर्षापर्यंतच्या वासरू / गायींची संख्या					
एकूण पहिल्यांदा गाभण गायींची संख्या					

जून	जुलै	ऑगस्ट	सप्टेंबर	ऑक्टोंबर	नोव्हेंबर	डिसेंबर

आहाराविषयक पोषणविषयक नोंदी

खाद्याचा प्रकार	ओला चारा (किलो)	वाळलेला चारा (किलो)	खुराक (किलो)	खनिजमिश्रण (ग्राम)	वर्षामध्ये ओल्या चाऱ्यावरील एकूण खर्च (रु

वर्ष:

जानेवारी																	
	१	२	३	४	५	६	७	८	९	१०	११	१२	१३	१४	१५	१६	१७
प्रक्षेत्रावरील एकूण गायी / म्हशींची संख्या																	
एकूण ओला चारा																	
एकूण वाळलेला चारा																	
एकूण खुराक																	
एकूण खनिजमिश्रण																	

फेब्रुवारी

	१	२	३	४	५	६	७	८	९	१०	११	१२	१३	१४	१५	१६
प्रक्षेत्रावरील एकूण गायी / म्हशींची संख्या																
एकूण ओला चारा																
एकूण वाळलेला चारा																
एकूण खुराक																
एकूण खनिजमिश्रण																

वर्षामध्ये वाळल्या चाऱ्यावरील एकूण खर्च (रु.)	वर्षामध्ये खुराकावरील एकूण खर्च (रु.)	वर्षामध्ये खानिजमिश्रानावरील एकूण खर्च (रु.)

१८	१९	२०	२१	२२	२३	२४	२५	२६	२७	२८	२९	३०	३१	एकूण किती किलो	एकूण किंमत खर्च रु.

१७	१८	१९	२०	२१	२२	२३	२४	२५	२६	२७	२८	एकूण किती किलो	एकूण किंमत खर्च रु.

आहाराविषयक नोंदी
खाद्याचा प्रकारः

मार्च																	
	१	२	३	४	५	६	७	८	९	१०	११	१२	१३	१४	१५	१६	१७
प्रक्षेत्रावरील एकूण गायी / म्हशींची संख्या																	
एकूण ओला चारा																	
एकूण वाळलेला चारा																	
एकूण खुराक																	
एकूण खनिजमिश्रण																	

एप्रिल																	
	१	२	३	४	५	६	७	८	९	१०	११	१२	१३	१४	१५	१६	१७
प्रक्षेत्रावरील एकूण गायी / म्हशींची संख्या																	
एकूण ओला चारा																	
एकूण वाळलेला चारा																	
एकूण खुराक																	
एकूण खनिजमिश्रण																	

१८	१९	२०	२१	२२	२३	२४	२५	२६	२७	२८	२९	३०	३१	एकूण किती किलो	एकूण किंमत खर्च रु.

१८	१९	२०	२१	२२	२३	२४	२५	२६	२७	२८	२९	३०	एकूण किती किलो	एकूण किंमत खर्च रु.

आहाराविषयक नोंदी
खाद्याचा प्रकार:

मे																	
	१	२	३	४	५	६	७	८	९	१०	११	१२	१३	१४	१५	१६	१७
प्रक्षेत्रावरील एकूण गायी / म्हशींची संख्या																	
एकूण ओला चारा																	
एकूण वाळलेला चारा																	
एकूण खुराक																	
एकूण खनिजमिश्रण																	

जून

	१	२	३	४	५	६	७	८	९	१०	११	१२	१३	१४	१५	१६	१७
प्रक्षेत्रावरील एकूण गायी / म्हशींची संख्या																	
एकूण ओला चारा																	
एकूण वाळलेला चारा																	
एकूण खुराक																	
एकूण खनिजमिश्रण																	

१८	१९	२०	२१	२२	२३	२४	२५	२६	२७	२८	२९	३०	३१	एकूण किती किलो	एकूण किंमत खर्च रु.

१८	१९	२०	२१	२२	२३	२४	२५	२६	२७	२८	२९	३०	एकूण किती किलो	एकूण किंमत खर्च रु.

आहाराविषयक नोंदी
खाद्याचा प्रकार:

जुलै																	
	१	२	३	४	५	६	७	८	९	१०	११	१२	१३	१४	१५	१६	१७
प्रक्षेत्रावरील एकूण गायी / म्हशींची संख्या																	
एकूण ओला चारा																	
एकूण वाळलेला चारा																	
एकूण खुराक																	
एकूण खनिजमिश्रण																	

ऑगस्ट																	
	१	२	३	४	५	६	७	८	९	१०	११	१२	१३	१४	१५	१६	१७
प्रक्षेत्रावरील एकूण गायी / म्हशींची संख्या																	
एकूण ओला चारा																	
एकूण वाळलेला चारा																	
एकूण खुराक																	
एकूण खनिजमिश्रण																	

१८	१९	२०	२१	२२	२३	२४	२५	२६	२७	२८	२९	३०	३१	एकूण किती किलो	एकूण किंमत खर्च रु.

१८	१९	२०	२१	२२	२३	२४	२५	२६	२७	२८	२९	३०	३१	एकूण किती किलो	एकूण किंमत खर्च रु.

आहाराविषयक नोंदी
खाद्याचा प्रकार:

सप्टेंबर

	१	२	३	४	५	६	७	८	९	१०	११	१२	१३	१४	१५	१६	१७
प्रक्षेत्रावरील एकूण गायी / म्हशींची संख्या																	
एकूण ओला चारा																	
एकूण वाळलेला चारा																	
एकूण खुराक																	
एकूण खनिजमिश्रण																	

ऑक्टोंबर																	
	१	२	३	४	५	६	७	८	९	१०	११	१२	१३	१४	१५	१६	१७
प्रक्षेत्रावरील एकूण गायी / म्हशींची संख्या																	
एकूण ओला चारा																	
एकूण वाळलेला चारा																	
एकूण खुराक																	
एकूण खनिजमिश्रण																	

१८	१९	२०	२१	२२	२३	२४	२५	२६	२७	२८	२९	३०	एकूण किती किलो	एकूण किंमत खर्च रु.

१८	१९	२०	२१	२२	२३	२४	२५	२६	२७	२८	२९	३०	३१	एकूण किती किलो	एकूण किंमत खर्च रु.

आहाराविषयक नोंदी
खाद्याचा प्रकार:

नोव्हेंबर

	१	२	३	४	५	६	७	८	९	१०	११	१२	१३	१४	१५	१६	१७
प्रक्षेत्रावरील एकूण गायी / म्हशींची संख्या																	
एकूण ओला चारा																	
एकूण वाळलेला चारा																	
एकूण खुराक																	
एकूण खनिजमिश्रण																	

डिसेंबर																	
	१	२	३	४	५	६	७	८	९	१०	११	१२	१३	१४	१५	१६	१७
प्रक्षेत्रावरील एकूण गायी / म्हशींची संख्या																	
एकूण ओला चारा																	
एकूण वाळलेला चारा																	
एकूण खुराक																	
एकूण खनिजमिश्रण																	

१८	१९	२०	२१	२२	२३	२४	२५	२६	२७	२८	२९	३०	एकूण किती किलो	एकूण किंमत खर्च रु.

१८	१९	२०	२१	२२	२३	२४	२५	२६	२७	२८	२९	३०	३१	एकूण किती किलो	एकूण किंमत खर्च रु.

औषध खरेदी नोंदी :

अ. न.	औषधाचे नाव	खरेदीची तारीख	विक्रेत्याचा तपशील	ब्याच नंबर	पॅक संख्या	दर	दरात सवलत टक्केवारी
१							
२							
३							
४							
५							
६							
७							
८							
९							
१०							
११							
१२							
१३							
१४							
१५							
१६							
१७							
१८							
१९							
२०							
२१							
२२							
२३							
२४							
२५							

एकूण रक्कम	वापर संपण्याची तारीख	बिल नंबर	या तारखेचा स्टॉक	या तारखेचा स्टॉक	या तारखेचा स्टॉक

वळूच्या वीर्य खरेदीच्या नोंदी :

अ. न.	विर्याचा तपशील (जात, टक्केवारी)	खरेदीची तारीख	विक्रेत्याचा तपशील	ब्याच नंबर	पॅक संख्या	दर	दरात सवलत टक्केवा
१							
२							
३							
४							
५							
६							
७							
८							
९							
१०							
११							
१२							
१३							
१४							
१५							
१६							
१७							
१८							
१९							
२०							

एकूण रक्कम	वापर संपण्याची तारीख	बिल नंबर	या तारखेचा स्टॉक	या तारखेचा स्टॉक	या तारखेचा स्टॉक

चारा पिक किंवा धान्याचे पिक लागवडी विषयक नोंदी :

महिना	वर्ष								
	चारा पिकाचे नाव	लागवडीची तारीख	लागवडीखालील जमीन क्षेत्र	उत्पादन खर्च	पहिल्यांदा कट करण्याची तारीख व उत्पादन	दुसऱ्यांदा कट करण्याची तारीख व उत्पादन	शेवटचा कट करण्याची तारीख व उत्पादन	एकूण उत्पादन (क्विंटल)	धान्ये / बियाणे विक्रीतून मिळालेली रक्कम
जानेवारी									
फेब्रुवारी									
मार्च									
एप्रिल									
मे									
जून									

चारा पिकाचे नाव	लागवडीची तारीख	लागवडीखालील जमीन क्षेत्र	उत्पादन खर्च	पहिल्यांदा कट करण्याची तारीख व उत्पादन	दुसऱ्यांदा कट करण्याची तारीख व उत्पादन	शेवटचा कट करण्याची तारीख व उत्पादन	एकूण उत्पादन (क्विंटल)	धान्ये / बियाणे विक्रीतून मिळालेली रक्कम

चारा पिक किंवा धान्याचे पिक लागवडी विषयक नोंदी:

महिना	वर्ष								
	चारा पिकाचे नाव	लागवडीची तारीख	लागवडीखालील जमीन क्षेत्र	उत्पादन खर्च	पहिल्यांदा कट करण्याची तारीख व उत्पादन	दुसऱ्यांदा कट करण्याची तारीख व उत्पादन	तिसऱ्यांदा कट करण्याची तारीख व उत्पादन	एकूण उत्पादन (क्विंटल)	धान्ये / बियाण विक्रीतून मिळालेली रक्कम
जुलै									
ऑगस्ट									
सप्टेंबर									
ऑक्टोंबर									
नोव्हेंबर									
डिसेंबर									

चारा पिकाचे नाव	लागवडीची तारीख	लागवडीखालील जमीन क्षेत्र	उत्पादन खर्च	पहिल्यांदा कट करण्याची तारीख व उत्पादन	दुसऱ्यांदा कट करण्याची तारीख व उत्पादन	तिसऱ्यांदा कट करण्याची तारीख व उत्पादन	एकूण उत्पादन (क्विंटल)	धान्य / बियाणे विक्रीतून मिळालेली रक्कम

गायीच्या / म्हशीच्या जमा खर्च विषयीच्या नोंदी :

	खर्चाच्या नोंदी				
अ.न.	तारीख	कशावर खर्च केला	खर्चाचे कारण	एकूण रक्कम	रक्कम कुणाला दिली व बिल
१					
२					
३					
४					
५					
६					
७					
८					
९					
१०					
११					
१२					
१३					
१४					
१५					
१६					
१७					
१८					
१९					
२०					
२१					
२२					
२३					
२४					
२५					

मिळकतीच्या नोंदी				
तारीख	कशातून मिळकत झाली	मिळकतीचे कारण	एकूण रक्कम	रक्कम कुणाकडून मिळाली व बिल नं

गायीच्या / म्हशीच्या जमा खर्च विषयीच्या नोंदी :

	खर्चाच्या नोंदी				
अ.न.	तारीख	कशावर खर्च केला	खर्चाचे कारण	एकूण रक्कम	रक्कम कुणाला दिली व बिल
२६					
२७					
२८					
२९					
३०					
३१					
३२					
३३					
३४					
३५					
३६					
३७					
३८					
३९					
४०					
४१					
४२					
४३					
४४					
४५					
४६					
४७					
४८					
४९					
५०					

मिळकतीच्या नोंदी

तारीख	कशातून मिळकत झाली	मिळकतीचे कारण	एकूण रक्कम	रक्कम कुणाकडून मिळाली व बिल नं

गायीच्या / म्हशीच्या जमा खर्च विषयीच्या नोंदी :

	खर्चाच्या नोंदी				
अ.न.	तारीख	कशावर खर्च केला	खर्चाचे कारण	एकूण रक्कम	रक्कम कुणाला दिली व बिल
५१					
५२					
५३					
५४					
५५					
५६					
५७					
५८					
५९					
६०					
६१					
६२					
६३					
६४					
६५					
६६					
६७					
६८					
६९					
७०					
७१					
७२					
७३					
७४					
७५					

मिळकतीच्या नोंदी

तारीख	कशातून मिळकत झाली	मिळकतीचे कारण	एकूण रक्कम	रक्कम कुणाकडून मिळाली व बिल नं

गायीच्या / म्हशीच्या जमा खर्च विषयीच्या नोंदी :

	खर्चाच्या नोंदी				
अ.न.	तारीख	कशावर खर्च केला	खर्चाचे कारण	एकूण रक्कम	रक्कम कुणाला दिली व बिल
७६					
७७					
७८					
७९					
८०					
८१					
८२					
८३					
८४					
८५					
८६					
८७					
८८					
८९					
९०					
९१					
९२					
९३					
९४					
९५					
९६					
९७					
९८					
९९					
१००					

मिळकतीच्या नोंदी

तारीख	कशातून मिळकत झाली	मिळकतीचे कारण	एकूण रक्कम	रक्कम कुणाकडून मिळाली व बिल नं

कामगार विषयीच्या नोंदी :

अ.न.	कामगाराचे नाव	संपूर्ण पत्ता	मोबाईल नंबर
१			
२			
३			
४			
५			
६			
७			
८			
९			
१०			

कामावर रुजू झाल्याची तारीख	दर दिवसाचा पगार	पगाराची रक्कम	पगाराची तारीख	काम सोडल्याची तारीख	अतिरिक्त पैशाची रक्कम व तारीख

कामगाराचे पूर्ण नाव :					
संक्षिप्त नाव :					

कामगाराचे हजेरीपत्रक :

जानेवारी

का. नाव	१	२	३	४	५	६	७	८	९	१०	११	१२	१३	१४	१५	१६	१७	१८	१९

फेब्रुवारी

का. नाव	१	२	३	४	५	६	७	८	९	१०	११	१२	१३	१४	१५

वर्षः

२०	२१	२२	२३	२४	२५	२६	२७	२८	२९	३०	३१	एकूण हजरदिवस	रु. पगार / दिवस	एकूण पगार रु.

१६	१७	१८	१९	२०	२१	२२	२३	२४	२५	२६	२७	२८	एकूण हजरदिवस	रु. पगार / दिवस	एकूण पगार रु.

कामगाराचे पूर्ण नाव :					
संक्षिप्त नाव :					

कामगाराचे हजेरीपत्रक :

मार्च																			
का. नाव	१	२	३	४	५	६	७	८	९	१०	११	१२	१३	१४	१५	१६	१७	१८	१९

एप्रिल

का. नाव	१	२	३	४	५	६	७	८	९	१०	११	१२	१३	१४	१५	१६	१७	१८

२०	२१	२२	२३	२४	२५	२६	२७	२८	२९	३०	३१	एकूण हजरदिवस	रु. पगार / दिवस	एकूण पगार रु.

१९	२०	२१	२२	२३	२४	२५	२६	२७	२८	२९	३०	एकूण हजरदिवस	रु. पगार / दिवस	एकूण पगार रु.

कामगाराचे पूर्ण नाव :					
संक्षिप्त नाव :					

कामगाराचे हजेरीपत्रक :

मे

का. नाव	१	२	३	४	५	६	७	८	९	१०	११	१२	१३	१४	१५	१६	१७	१८	१९

जून

का. नाव	१	२	३	४	५	६	७	८	९	१०	११	१२	१३	१४	१५	१६	१७	१८

२०	२१	२२	२३	२४	२५	२६	२७	२८	२९	३०	३१	एकूण हजरदिवस	रु. पगार / दिवस	एकूण पगार रु.

१९	२०	२१	२२	२३	२४	२५	२६	२७	२८	२९	३०	एकूण हजरदिवस	रु. पगार / दिवस	एकूण पगार रु.

कामगाराचे पूर्ण नाव :					
संक्षिप्त नाव :					

कामगाराचे हजेरीपत्रक :

जुलै																			
का. नाव	१	२	३	४	५	६	७	८	९	१०	११	१२	१३	१४	१५	१६	१७	१८	१९

ऑगस्ट

का. नाव	१	२	३	४	५	६	७	८	९	१०	११	१२	१३	१४	१५	१६	१७	१८	१९

२०	२१	२२	२३	२४	२५	२६	२७	२८	२९	३०	३१	एकूण हजरदिवस	रु. पगार / दिवस	एकूण पगार रु.

२०	२१	२२	२३	२४	२५	२६	२७	२८	२९	३०	३१	एकूण हजरदिवस	रु. पगार / दिवस	एकूण पगार रु.

कामगाराचे पूर्ण नाव :					
संक्षिप्त नाव :					

कामगाराचे हजेरीपत्रक :

सप्टेंबर

का. नाव	१	२	३	४	५	६	७	८	९	१०	११	१२	१३	१४	१५	१६	१७	१८

ऑक्टोबर

का. नाव	१	२	३	४	५	६	७	८	९	१०	११	१२	१३	१४	१५	१६	१७	१८	१९

१९	२०	२१	२२	२३	२४	२५	२६	२७	२८	२९	३०	एकूण हजरदिवस	रु. पगार / दिवस	एकूण पगार रु.

२०	२१	२२	२३	२४	२५	२६	२७	२८	२९	३०	३१	एकूण हजरदिवस	रु. पगार / दिवस	एकूण पगार रु.

कामगाराचे पूर्ण नाव :					
संक्षिप्त नाव :					

कामगाराचे हजेरीपत्रक :

नोव्हेंबर

का. नाव	१	२	३	४	५	६	७	८	९	१०	११	१२	१३	१४	१५	१६	१७	१८

डिसेंबर

का. नाव	१	२	३	४	५	६	७	८	९	१०	११	१२	१३	१४	१५	१६	१७	१८	१९

१९	२०	२१	२२	२३	२४	२५	२६	२७	२८	२९	३०	एकूण हजरदिवस	रु. पगार / दिवस	एकूण पगार रु.

२०	२१	२२	२३	२४	२५	२६	२७	२८	२९	३०	३१	एकूण हजरदिवस	रु. पगार / दिवस	एकूण पगार रु.

दर महिन्याची फार्मची/ प्रक्षेत्राची स्थिती :

अ.न.	निरीक्षणाची तारीख	एकूण प्रौढ नर	एकूण प्रौढ माद्या	एकूण १ वर्षा-पर्यंतची मादी वासरे	एकूण १ वर्षा-पर्यंतची नर वासरे	फार्मवरील एकूण नर/माद्या	निरीक्षणाची तारीख	एकूण प्रौढ नर	एकूण प्रौढ माद्या
१									
२									
३									
४									
५									
६									
७									
८									
९									
१०									
११									
१२									
१३									
१४									
१५									
१६									
१७									
१८									
१९									
२०									

एकूण १ वर्षा-पर्यंतची मादी वासरे	एकूण १ वर्षा-पर्यंतची नर वासरे	फार्मवरील एकूण नर/माद्या	एकूण वाढलेली नर संख्या	एकूण वाढलेल्या माद्यांची संख्या	संख्येत वाढ / कमी होण्याची कारणे

विमा तपशील :

अ.न.	गायीचा / म्हशीचा ओळख नोंदणी क्रमांक	टॅग क्रमांक	विमा पॉलिसी नं.	विमा पॉलिसी किती तारीखेपासून सुरु	विमा पॉलिसी किती तारीखेला संपते
१					
२					
३					
४					
५					
६					
७					
८					
९					
१०					
११					
१२					
१३					
१४					
१५					
१६					
१७					
१८					
१९					
२०					

पैसे भरल्याची तारीख	विमा रक्कम	कंपनीचे व एजंटचे नाव आणि संपर्क तपशील

विमा तपशील :

अ.न.	गायीचा / म्हशीचा ओळख नोंदणी क्रमांक	टॅग क्रमांक	विमा पॉलिसी नं.	विमा पॉलिसी किती तारीखेपासून सुरु	विमा पॉलिसी किती तारीखेला संपते
२१					
२२					
२३					
२४					
२५					
२६					
२७					
२८					
२९					
३०					
३१					
३२					
३३					
३४					
३५					
३६					
३७					
३८					
३९					
४०					

पैसे भरल्याची तारीख	विमा रक्कम	कंपनीचे व एजंटचे नाव आणि संपर्क तपशील

विमा तपशील :

अ.न.	गायीचा / म्हशीचा ओळख नोंदणी क्रमांक	टॅग क्रमांक	विमा पॉलिसी नं.	विमा पॉलिसी किती तारीखेपासून सुरु	विमा पॉलिसी किती तारीखेला संपते
४१					
४२					
४३					
४४					
४५					
४६					
४७					
४८					
४९					
५०					
५१					
५२					
५३					
५४					
५५					
५६					
५७					
५८					
५९					
६०					

पैसे भरल्याची तारीख	विमा रक्कम	कंपनीचे व एजंटचे नाव आणि संपर्क तपशील

प्रक्षेत्रावरील स्थायी समान विषयक नोंदी :

अ. न.	सामानाचे नाव	एकूण खरेदी केलेल्या वस्तू	सामानाचे वर्णन व कंपनी	खरेदीची तारीख व बिलाचा नंबर	खरेदी किंमत व सध्याची किंमत	विक्रेत्याचे नाव व पत्ता व मोबाईल
१						
२						
३						
४						
५						
६						
७						
८						
९						
१०						
११						
१२						
१३						
१४						
१५						
१६						
१७						
१८						
१९						
२०						
२१						
२२						
२३						
२४						
२५						

वापरासाठी किती व कधी दिली	वस्तू किती तारखेला चेक केल्या	वस्तू चेक केल्यानंतरचा अहवाल	शिल्लक	अंदाजे किंमत	विल्हेवाट लावल्याची तारीख व नंबर	शेरा

प्रक्षेत्रावरील स्थायी समान विषयक नोंदी :

अ. न.	सामानाचे नाव	एकूण खरेदी केलेल्या वस्तू	सामानाचे वर्णन व कंपनी	खरेदीची तारीख व बिलाचा नंबर	खरेदी किंमत व सध्याची किंमत	विक्रेत्याचे नाव व पत्ता व मोबाईल
२६						
२७						
२८						
२९						
३०						
३१						
३२						
३३						
३४						
३५						
३६						
३७						
३८						
३९						
४०						
४१						
४२						
४३						
४४						
४५						
४६						
४७						
४८						
४९						
५०						

वापरासाठी किती व कधी दिली	वस्तू किती तारखेला चेक केल्या	वस्तू चेक केल्यानंतरचा अहवाल	शिल्लक	अंदाजे किंमत	विल्हेवाट लावल्याची तारीख व नंबर	शेरा

प्रक्षेत्रावरील स्थायी समान विषयक नोंदी :

अ. न.	सामानाचे नाव	एकूण खरेदी केलेल्या वस्तू	सामानाचे वर्णन व कंपनी	खरेदीची तारीख व बिलाचा नंबर	खरेदी किंमत व सध्याची किंमत	विक्रेत्याचे नाव व पत्ता व मोबाईल
५१						
५२						
५३						
५४						
५५						
५६						
५७						
५८						
५९						
६०						
६१						
६२						
६३						
६४						
६५						
६६						
६७						
६८						
६९						
७०						
७१						
७२						
७३						
७४						
७५						

वापरासाठी किती व कधी दिली	वस्तू किती तारखेला चेक केल्या	वस्तू चेक केल्यानंतरचा अहवाल	शिल्लक	अंदाजे किंमत	विल्हेवाट लावल्याची तारीख व नंबर	शेरा

गायींच्या विक्री विषयक नोंदी :

अ.न.	गायीचा / म्हशीचा ओळख नोंदणी क्रमांक	लिंग	जात	विकतानाची शारीरिक अवस्था	विकल्याची तारीख
१					
२					
३					
४					
५					
६					
७					
८					
९					
१०					
११					
१२					
१३					
१४					
१५					

विक्री वेळचं वय	विक्री वेळचं वजन	मिळालेली किंमत	कुणाला विकले	कशासाठी विकली

गायींच्या मरतुकिविषयक नोंदी :

अ.न.	गायीचा / म्हशीचा ओळख नोंदणी क्रमांक	लिंग	जात	मरतुकीची तारीख	मारण्या अगोदरची लक्षणे	मरतुकीचे कारण
१						
२						
३						
४						
५						
६						
७						
८						
९						
१०						

मृत शरीराचे शवविच्छेदन केले का	शवविच्छेदनात काय आढळले	मरतुक टाळण्यासाठी केलेले उपाय	मरतुक टाळण्यासाठी केलेल्या उपायावरील खर्च	मरतुकीमुळे झालेले नुकसान रु.

प्रक्षेत्राला भेट देणाऱ्या व्यक्तींचा तपशिल :

अ.न.	व्यक्तीचे नाव	संपूर्ण पत्ता	भेटीचे कारण
१			
२			
३			
४			
५			
६			
७			
८			
९			
१०			
११			
१२			
१३			
१४			
१५			

फार्मबद्दल माहिती कोठून मिळाली	काय माहिती दिली	भेटीसाठी पैसे आकारले का	फार्मवर सुधारणा सुचविल्या का	शेरा

प्रक्षेत्राला भेट देणाऱ्या व्यक्तींचा तपशिल :

अ.न.	व्यक्तीचे नाव	संपूर्ण पत्ता	भेटीचे कारण
१६			
१७			
१८			
१९			
२०			
२१			
२२			
२३			
२४			
२५			
२६			
२७			
२८			
२९			
३०			

फार्मबद्दल माहिती कोठून मिळाली	काय माहिती दिली	भेटीसाठी पैसे आकारले का	फार्मवर सुधारणा सुचविल्या का	शेरा

प्रक्षेत्राला भेट देणाऱ्या व्यक्तींचा तपशिल :

अ.न.	व्यक्तीचे नाव	संपूर्ण पत्ता	भेटीचे कारण
३१			
३२			
३३			
३४			
३५			
३६			
३७			
३८			
३९			
४०			
४१			
४२			
४३			
४४			
४५			

फार्मबद्दल माहिती कोठून मिळाली	काय माहिती दिली	भेटीसाठी पैसे आकारले का	फार्मवर सुधारणा सुचविल्या का	शेरा

गायीची / म्हशीची एकूण उत्पादन कामगिरी नोंदी :

अ. न.	वैशिष्ट	गायीची सध्याची मुल्यांकन संख्या	म्हशीची सध्याची मुल्यांकन संख्या	गायीची संदर्भ संख्या	म्हशीची संदर्भ संख्या
१	गायीचे / म्हैशीचे उत्पादक जीवन (वर्ष)			१५ वर्ष	१५ वर्ष
२	जीवनात एकूण वेते			१०-१२	१०-१२
३	सरासरी विल्यानंतर गाभ जाण्यासाठी लागणारे (दिवस)			१२० -१४० दिवस	१५० -१८० दिवस
४	सरासरी दूध न देण्याचा कालावधी (दिवस)			६०-९० दिवस	६० - ९० दिवस
५	सरासरी दोन वेतांमधील अंतर (दिवस)			३६०- ३७५ दिवस	३८० -४०० दिवस
६	पहिल्या वेताचे वय (महिने)			२२ २५ महिने	२३ २७ महिने
७	गर्भावस्था कालावधी (महिने व दिवस)			९ महिने ९ दिवस	१० महिने १० दिवस
८	प्रत्येक गर्भधारणेसाठी लागणारी कृत्रिम रेतने / बैल दाखविला			१-२	१-२
९	सरासरी विल्यानंतर माजावर येण्यासाठी लागणारे दिवस			४५ -६० दिवस	४५ -६० दिवस
१०	सरासरी दूध उत्पादन			जाती जाती प्रमाणे बदलते	जाती जाती प्रमाणे बदलते
११	जीवन वेळ दूध उत्पन्न			जाती जाती प्रमाणे बदलते	जाती जाती प्रमाणे बदलते
१२	सरासरी फ्याट टक्केवारी (%)			४ -५ %	६-८ %
१३	सरासरी एस. एन. फ़.(%)			९.० %	८.५ -९.५%
१४	वर्षातून किती वेळा आजारी पडते			दोन किवा तीन	दोन किवा तीन
१५	वयात आल्यानंतर वय (महिने)			१८ महिने	२४ महिने
१६	माज किती दिवसाला करते (दिवस)			दर २१ दिवस	दर २१ दिवस
१७	माजाचा कालावधी. (तास)			१२-२४ तास	१२-२४ तास
१८	प्रथम गाभ घालवितानाचे वय (महिने)			१३- १५ महिने	१५ -१७ महिने
१९	परिपक्वतेच्या वेळी वय (महिने)			१५ महिने	१८ महिने
२०	दूध उत्पादनाचा कालावधी (दिवस)			३०० दिवस	३०० दिवस
२१	कृत्रिम रेतने / बैल दाखविल्यावर गर्भधारणा तपासणी (महिने)			२ महिने	२ महिने
२२	पैदास कार्यक्षमता			७० % पेक्षा जास्त	७० % पेक्षा जास्त

दुग्धव्यवसाय (गाय व म्हैस पालन) : एक शास्त्रीय दृष्टिकोन

डॉ. तेजस चंद्रकांत शेंडे

आपला भारत देश हा शेतिप्रधान विकसनशील देश मनाला जातो. ७० % लोक शेती हा मुख्य व्यवसाय करतात. पण गेल्या काही वर्षापासुन सततच्या वातावरण बदलामुळे जसे कि तीव्र दुष्काळ, ओला दुष्काळ, तापमानातील वृधि, अपार कष्ट व तुलनेत कमी उत्पन्न, अनिश्चित बाजारभाव् या कारणांमुळे शेती व्यवसाय करणारे शेतकरी आत्महत्या करत आहेत. हे जर थांबावयाचे असेल तर शेतीला शेतीवर आधारित पूरक व्यवसाय शोधण्याची गरज आहे. त्यातील एक प्रमुख पर्याय म्हणुन दुग्धव्यवसाय या व्यवसाय अतिशय उत्तम आहे.

दुग्धव्यवसाय सुरु करण्यापूर्वी लक्षात घ्यायच्या बाबी :

- गाय कश्यासाठी पाळनार व कशाचे उत्पादन घेणार ?
- जनावरांची खरेदी कुठून करणार ?
- गायीची कोणती जात पळणार व संकाराची टक्केवारी किती ठेवणार
- निवडीबद्दल माहिती आवश्यक
- गोठ्यावर गाय कशी व किती दुरून आणणार (ट्रांसपोर्ट) ?
- तुमच्या वातावरणाप्रमाने व भौगोलिक परीस्थितीनुसार कमीत कमी खर्चात कसा निवारा / गोठा हवा व योग्य रचना ?
- जनावरे वेगवेगळी ठेवण्यासाठी पार्टीशनची सोय व गरज आहे का ?
- आजारी जनावरासाठी वेगळी सोय
- खाद्याची सोय व साठवण
- तुमच्याकडे पशुवैदयकाची उपलब्धतता
- प्रथोमपचार साहित्य
- व्यवथापनाची माहिती व प्रशिक्षण
- विविध रोग, निदान व औषधोपचाराबद्दल व संपर्क ठिकाण माहिती
- विमा, बैंक कर्ज, परतफेड याची चाचपणी
- विविध नोंदवह्यांचे नमुने
- गायपालन व्यवसायात वेळोवेळी होणारे नविन बदल समजण्यासाठी पुस्तके व मासिके
- एखाद्या गायीच्या संघटनेशी संलग्नता

दुभत्या गायी व म्हैशीची निवडः

- दुभत्या गायी व म्हैशीची निवडः
- गायी म्हशीची निवड करताना वंशावळ तपासून घ्यावी
- दुधासाठी सुधारीत गायीची जात पाळा उदा. सहिवाल, गिर,थारपारकर, रेड सिंधी व होस्टेन व जर्सी संकरीत गाय पाळावी.
- होस्टेन व जर्सी संकराचे प्रमाण व्यवस्थापन चागले असल्यास ६२.५ पेक्षा जास्त असायला हरकत नाही
- एका वेतात (३०० दिवस) गायीने ३५०० लिटर व म्हशीने २००० ते २५०० लिटर दूध दिले तर व्यवसायाच्या दृष्टीने परवडते
- आजारी, विनाउपयोगी गाय कळपातुन लवकर काढ़ा
- वासराचे जन्मताचे वजन जास्त, ज्यांच्या आईवडीलांची वजनवाढ चांगली आहे अशी वासरे पैदाशीसाठी निवडा
- पावसाळयात गाय खरेदी करू नका, हिवाळी खरेदी उत्तम
- शक्यतो दुसरया वेताची व गाभन गाय स्थानिक व महितीतिल लोकांकडूनच निवडा.
- डोळ्यातून पाणी, नाकातून पाणी, मागचा भाग ख़राब असणारी, नाकपुड़ी कोरडी असलेली गाय निवडू नका, ही आजारी गायची लक्षणे आहेत.
- कोणताही शरीर दोष नसावा
- निवडली जाणारी गाय चांगली दूध देणारी, शांत व तिला उपजत मातृप्रेम असावे
- गाय निरोगी, पैदासक्षम, सशक्त, कातडी नरम, मऊ व चकाकनारी असावी.
- मागुन जास्तीत जास्त रुंद, पोट फुगलेल
- पाठीचा कना सरळ व जास्त रुंद
- मागच्या पायाच्या मांड्या मांसल व काटक असाव्यात
- शरीराचा मध्य काढल्यास मागचा व पुढचा असे दोन समान भाग पडावे
- पाठीचा कना सरळ, लांब व जास्त रुंद
- मान लांब व खांद्यावर व्यवस्थित जोडलेली असावी
- छाती नरामधे रुंद व मादीमधे जास्त त्रिकोणी असावी
- उंच खांदे व बाहेरून न दिसणारया पण हाताला लागनार्या बरगड्या असाव्यात
- मागच्या पायांची रचना सरळ असावी.
- पायाची खूर पायाच्या सरळ रेषेत असावी
- कास जास्त लोंबकळनारी नसावी व भरीव असावी

- कास जास्तीत जास्त वरती जोडलेली असावी व कासेच्या मधली लाइन जास्त खाली किंवा वर नसावी
- कासेचे सड आतल्या किंवा बाहेरील बाजूला वळलेले नसावे
- कासेला चारपेक्षा जास्त सड नसावेत व चारी सड चालू असावेत
- कासेला जोडनारी शिर मोठी असावी व कास दोन्ही पायामधे जास्त मागे किंवा पुढे नसावी
- कानाचे होल चालू आहे का ??
- गळयाला सूज किंवा गाठ आहे का ??
- डोळ्यातून पाणी किंवा डोळ्याला सूज आहे का ??
- पाठीमागचा भाग भरलेला असेल तर गाय निरोगी नाही असे समजत जाते
- नाकातून स्त्राव येत नसावा
- तोंडाला व पायाच्या खुरामधे जखमा नसाव्यात

शेडची अंतर्गत रचना :

- जनावराचा गोठा साधा, कमी खर्चाचा व शास्त्रोक्त पद्धतीचा असावा.
- गोठ्यामध्ये भरपूर प्रकाश, रचना आवश्यकतेनुसार दक्षिणोत्तर किंवा पूर्वपश्चिम व खेळती हवा असावी.
- शेड मध्ये प्रत्येक गायच्या प्रकारासाठी वेगळे दालन असावे जसे कि गाभण गायी, व्यालेल्या गायी, भाकड गायी, वासरे, आजारी गायी इ.
- गोठा तोंडाकडे तोंड किंवा शेपटीकडे शेपटी या रचनेचा व स्वच्छ, कोरडा असावा.
- खाद्य साठवण जागा, चाफ कटर मशीन जागा, कामगार राहण्याची सोय.
- एका गायीसाठी १५० ते २०० स्के.फूट जागा मोकळी जागेसहीत आवश्यक असते.
- अतिशय महत्वाची गोष्ट नवीन आणलेल्या गायी मुख्य शेडमध्ये न ठेवता १५ दिवस वेगळ्या ठेऊन निरोगी असतील तर शेडमध्ये आणाव्या जेणेकरून बाहेरचा रोग तुमच्याकडे येणार नाही.
- खाद्याची गव्हाणीची उंची गायीच्या / म्हशीच्या / म्हैशीच्या छातीपर्यंत किंवा उंची २ फूट रुंदी २.५ फूट व खोली १.५ फूट असावी
- गायीला पिण्यासाठी २४ तास स्वछ्य पाणी द्यावे
- बंदिस्त शेड बरोबरच जनावरे मोकळ्या जागेत सोडणे हि संकल्पनासुद्धा आरोग्यदायी आहे.

गोठ्याच्या छताची व जमिनीची रचना

- आवश्यक उतार द्यावा
- जास्त पावसाच्या प्रदेशात हंग ओवर जास्त असावा जेणेकरून पावसाचे पाणी आत येणार नाही
- छताला हवा खेळती राहण्यासाठी होल असावी
- छत जास्त गरम होणाऱ्या सिमेंट पत्रा असणार आ आकार किंवा अर्धगोलाकार असावे
- छताची मधील उंची साधारण १२ फुट व बाजूची उंची ८ फुट असावी
- शेडमधील जमीन हि लवकर कोरडी होणारी,न घसरणारी, मलमूत्र शोषणारी असावी व जमिनीवर चुना बुरभुरावा.
- शेड मधील जमीन मुरमाणे चोपून घ्यावी व जमीन खडबडीत असावी जेणेकरून जनावरे घसरणार नाहीत तसेच जमिनीला ५ % उतार असावा
- जर जास्त पाऊस असेल तर जमिनीपासून उंच असावी.

जनावराची स्वच्छता व धारा

- जनावराची धार काढण्यापूर्वी कास स्वच्छ धुऊन कोरडी करून ५ ते ७ मिनिटात धार काढावी.
- धार काढताना पूर्ण मुठीचा वापर करावा व अंगत्याचे नख वापरू नये तसेच सड ओढू नयेत
- धार सुरु केल्यावर पहिल्या तीन चार चीळा बाजूला काढून दुध फेकून द्यावे. त्यामधे रोग जंतूचे प्रमाण जास्त असते
- कासेमधील पूर्ण दूध काढावे व दररोज सडामध्ये गाठी व दुधाचा रंग स्तनदाह (मसटायटीस) रोगासाठी तपासावा निदान व उपचार त्वरित करावे.
- धार काढल्यानंतर जनावराला लगेच बसू देऊ नये कारण धार काढल्यानंतर सडाचे तोंड उघडे राहते व स्तनामध्ये रोगजंतूचा शिरकाव होऊन स्तनदाह (मसटायटीस) होण्याची श्यक्यता असते.
- दुधाची भांडी अलुमिनिउमची स्वच्छ धुऊन कोरडी करून घेतलेली आतून खाचा नसलेली असावी.
- धार काढणारा वाईट सवयी नसलेला, धारेपुर्वी व धारेनंतर स्वच्छ हात स्वच्छ कपडे,नख काढलेले असावा.

गायी म्हशीचा माज ओळखणे व कृत्रिम रेतन :

- योनीतून स्वच्छ पाढरा काचेसारखा सोट गळणे
- रवंथ न करणे वैरण कमी खाणे दूध व फ्याट कमी मिळणे सकाळी ओरडणे
- इतर जनावरावर उडणे व इतर जनावरांना उडू देणे.
- निरणाला सूज येणे वेळी अवेळी पान्हा घालणे
- म्हशीमध्ये सप्टेंबर ते जानेवारी महिन्यात ठळक माज दाखवतात त्यामधे पान्हा सोडणे,वारंवार लघवी करणे विशिष्ट आवाजात ओरडणे.
- पातळ सोट पडतो व हलकी थाप मारल्यानंतर विशिष्ट पद्धतीने शेपटी उंचावते
- कास व सड ताठरलेले दिसतात
- रवंथ करत बसल्यावर पांढरा घट्ट सोट पडलेला दिसतो.
- माज केल्यानंतर १५ ते १८ तासांनी गाय म्हैस शांत झाल्यानंतर कृत्रिम रेतन करून घ्याव.
- कृत्रिम रेतन सेवा पशुपालाकाच्या दारात देता येते तसेच वापरले जाणारे वीर्य जातिवंत व सिद्ध वळूचे व आपल्याला पाहिजे त्या अनुवांशिक टक्केवारीचे देता येते.

व्यवस्थापनातील महत्वाच्या बाबी :

- गायीचे / म्हैशीचे व म्हशीचे उत्पादक जीवन जवळपास १५ वर्ष असते
- जीवनात एकूण वेत १०-१२ घेऊ शकता
- सरासरी विल्यानंतर गाभ जाण्यासाठी लागणारे दिवस साधारणतः गायीमध्ये १२० -१४० दिवस व म्हशीचे १५० -१८० दिवस असावे
- सरासरी दूध न देण्याचा कालावधी (जनावर आटवणे) साधारणतः ६०-७५ दिवस असावा
- सरासरी दोन वेतांमधील अंतर साधारणतः गायीमध्ये ३६०- ३७५ दिवस व म्हशीचे ३८० -४०० दिवस असावे.
- पहिल्या वेताचे वय साधारणतः गायीमध्ये २२ २५ महिने व म्हशीचे २३ २७ महिने असावे
- गर्भावस्था कालावधी गायीमध्ये ९ महिने ९ दिवस वम्हशीमध्ये १० महिने १० दिवस असतो.
- प्रत्येक गर्भधारणेसाठी लागणारी कृत्रिम रेतने / बैल दाखविणे १-२ पेक्षा जास्त नसावी.
- सरासरी विल्यानंतर माजावर येण्यासाठी लागणारे दिवस साधारणतः ४५ -६० दिवस असावे
- वर्षातून दोन किवा तीन ववेळापेक्षा जास्त वेळा आजारी नसावी.
- वयात आल्यानंतर वय साधारणतः गायीमध्ये १८ महिने व म्हशीमध्ये २४ महिने असावे
- गाय व म्हैस दर २१ दिवसाला माज करते
- माजाचा कालावधी १२-२४ तास व म्हशीमध्ये जास्तीत जास्त ३० तास असतो
- प्रथम गाभ घालावितानाचे वय साधारणतः गायीमध्ये १३- १५ महिने व म्हशीमध्ये १५ -१७ महिने असावे.
- परिपक्वतेच्या वेळी वय साधारणतः गायीमध्ये १५ महिने व म्हशीमध्ये १८ महिने असावे.
- दूध उत्पादनाचा कालावधी ३०० दिवस असावा.
- गर्भावस्थेच्या शेवटच्या तीन चार महिन्यात जास्तीचा १ते २ किलो जास्त खुराक द्यावा त्याचबरोबर ४० ते ५० ग्रम खनिजमिश्रण द्यावे
- वासराचे जन्मताचे वजन जेवढे जास्त असेल तेवढे उत्पादन वाढ चांगली होते.
- जनावराला रोज धुऊन पाठीवरून ब्रश फिरविल्यास जनावर उत्तम राहते.

वासराचे संगोपन :

- गाय विल्यानंतर वासराची नाळ २ ते २.५ इंचावर स्वच्छ कात्रीने कापून त्याला आयोडीन मध्ये बुडवावी.
- गाय विल्यानंतर वासराला स्वच्छ पुसून २ तासाच्या आत त्याला वजनाच्या १० % चिक पाजावा त्यापासून रोगप्रतिकारक शक्ती मिळते.
- वासराला एक ते दीड महिन्यानंतर कवळे लुसलुशीत गवत द्यावे
- वासराच्या गायीच्या / म्हशीच्या / म्हैशीच्या सर्व प्रकारच्या नोंदी ठेवणे अतिशय आवश्यक आहे
- सुरवातीस दर तीन महिन्यातून एकदा जंताचे औषध द्यावे
- तीन महिन्यानंतर घटसर्प फऱ्या लाळ खुर्कुत लसीकरण करावे

आहाराविषयक माहिती :

- दुधव्यावासायात जनावराच्या चार्यावर जवळपास ६५ ते ७० % खर्च होतो व जो आपण योग्य व्यवस्थापन आणि आपल्या शेतात तयार केल्यास हा धंदा फायदेशीर ठरतो
- चारा हा एकदल व द्वीदल प्रकारात मोडतो
- एकदल चारा: ज्वारी मका बाजरी ओट नेपिअर गवत इ.
- द्वीदल चारा: लसून घास बरसीम शेवरी सुबाभूळ दशरत डी.एच.एन.६ इ.
- प्रत्येक गायी / म्हशीस वजनाच्या २.५ ते ३ % कोरडे घटक व १८ % तंतुमय पदार्थ देणे आवश्यक आहे
- जनावराला एकूण ३ भाग खाद्यातील २ भाग वैरण व १ भाग खुराक देणे आवश्यक आहे
- तसेच एकूण ३ भाग वैरानीतील १ भाग वळलेली वैरण व २ भाग ओली वैरण देणे गरजेचे आहे
- जनावराला वजनाच्या जवळपास एकूण ८-१० % चारा (ओला वाळला व खुराक) देण्याची गरज आहे
- कडबा सरमाड गव्हाचे काड भाताची तूस चुनी यात ८० ते ८५ % व हिरवी वैरण बरसीम व अन्य ओल्या वैरानित १५ % कोरडे घटक असतात
- प्रत्येक जनावराला रोज उत्तम उत्पादनासाठी हिरवी वाळली वैरण पशुखाद्य व क्षार मिश्रण दिलेच पाहिजे
- वैरण नेहमी कुट्टी करूनच द्यावी व त्याची लांबी एक इंचापेक्षा जास्त असू नये ज्यामुळे रवंथ चांगला होतो व वैरण वाया जात नाही
- ४०० किलो वजनाच्या रोज १२ लिटर दूध देणाऱ्या गायीस ५ किलो वळलेली वैरण हिरवा एकदल व द्वीदल चारा अनुक्रमे १० व १५ किलो, दीड किलो भरडा शरीरपोषणासाठी व प्रति लिटर दूधासाठी ३०० ग्राम पशुखाद्य द्यावे.
- ५०० किलो वजनाच्या रोज १० लिटर दूध व ७ % फ्याट देणाऱ्या म्हशीसाठी १० किलो वाळलेली वैरण हिरवा एकदल व द्वीदल चारा अनुक्रमे १५ व २० किलो, दीड किलो भरडा शरीरपोषणासाठी व प्रति लिटर दूधासाठी ३०० ग्रामपशुखाद्य द्यावे.
- गाय व म्हशीला गाभण काळात ८/९/१० व्या महिन्यात अनुक्रमे अर्धा, दीड व दोन किलो पशुखाद्य ज्यादा द्यावे. रोज ५० ग्राम खनिजमिश्रण द्यावे.
- भरपूर थंड पाणी द्यावे.

पशुखाद्य घरी कसे तयार करावे

- पचनीय घटक ७० ते ७५ % असावेत
- प्रथिने १६ ते २० %

अ.न.	नमुना १ (१०० किलो)		नमुना २ (१०० किलो)		नमुना ३ (१०० किलो)	
१	भरडलेले धान्य (मका ज्वारी बाजरी गहू)	२५ किलो	मका भरडा	३० किलो	सरकी पेंड	१२ किलो
२	धान्याचा कोंडा (ज्वारी बाजरी गहू)	१५ किलो	शेंगदाणा पेंड	२० किलो	एकरा चुनी	३० किलो
३	भरडलेल्या डाळी तूर मुग हरबरा उडीद	१२ किलो	गहू कोंडा	२५ किलो	गव्हाचा कोंडा	२५ किलो
४	पेंड (सरकी खोबरं शेंगदाणा सोयाबीन)	२५ किलो	तूर चुनी	२२ किलो	मका ग्लुटेन	१० किलो
५	पेंड तेलासाहित (सुर्यफुल सोयाबीन)	२० किलो	क्षार मिश्रण	१.५ किलो	गहू भरड	२० किलो
६	क्षार मिश्रण	१.५ किलो	मीठ	१.५ किलो	क्षार मिश्रण	१.५ किलो
७	मीठ	१.५ किलो			मीठ	१.५ किलो

जंतनिर्मुलन :	
• जन्तामुळे जनावरांची वाढ कमी होते व वजनवाढ होत नाही • माजावर येत नाही आणि आजारी पडतात • दूध उत्पादन कमी होते व रोगप्रतिकारक शक्ती कमी होते • शेण पातळ होते, कातडीची चकाकी कमी होते व केस राठ होतात	• जंताचा डोस प्रमाणात नाही दिल्यास त्याचा परिणाम दिसत नाही • जंत निर्मुलन गायी व म्हशीमध्ये दर ३ महिन्यातून पशुवैद्यकाच्या सल्ल्याने करावे

लसीकरण :	
• गायी म्हशीमध्ये वर्षातून एकदा लाळ खुर्कुत, घटसर्प व इतर रोगांच्या लसी वेळोवेळी ठराविक हंगामात पशुवैद्यकाच्या सल्ल्याने करावे • लासिकारणामुळे जनावरे गाभाडतात लंगडतात दुधाला कमी येतात आजारी पडतात या गैरसमजुती आहेत • लसीकरनावरील खर्चापेक्षा जर हे घातक रोग जनावराला झाल्यास पुष्कळ	नुकसान होते तर कधी कधी जनावरे दगावतात तरी लसीकरण करून घेणे अनिवार्य आहे. • लसीकरण सर्व जनावरांना सुदृढ व निरोगी असताना करावे त्यामुळे जनावरामध्ये ह्या रोगांविरुद्ध प्रतिकार शक्ती तयार होते

लेखकाचा परिचय

डॉ.तेजस चंद्रकांत शेंडे

गाव : शिरताव, पोष्ट : पुळकोटी
तालुका : माण, जिल्हा-सातारा
पिन : ४१५५०९
मोबाईल नंबर : ०९९७०८३२१०५, ०८९७५०२०२०६
इमेल : tejas.shende@gmail.com
जन्म : २० जुलै १९८१

शिक्षण :
एम.व्ही.एस.सी. (पशुअनुवंश व पशुपैदास विभाग)
नोंदणी क्रमांक : ७३१२
मुंबई पशुवैद्यकीय महाविद्यालय परळ, मुंबई - १२

अनुभव :
१) सहयोगी संशोधक, स्पेशलाईज्ड सेंटर फॉर सेल बेस्ड थेरपी, सेठ गोवर्धनदास, सुंदरदास वैद्यकीय महाविद्यालय व
के.ई.एम. हॉस्पिटल, परळ, मुंबई - १२ (कार्यरत कालावधी- जुलै २००७ ते २००९)
२) सहाय्यक प्राध्यापक,
क्रांतिसिंह नाना पाटिल पशुवैद्यकिय महाविद्यालय शिरवळ
ता. खंडाळा जि. सातारा पिन ४१२८०१
(कार्यरत कालावधी- जुलै २००९ ते आजपर्यंत)
